ಖಂಡಾಂತರ ಕಾವ್ಯಯಾನ

ಮೂಡ್ನಾಕೂಡು ಚಿನ್ನಸ್ವಾಮಿ

ಬಹುರೂಪಿ
ಆರ್ ಪಿ ರಿಜೆನ್ಸಿ, ಎಫ್-1, 2ನೇ ಮಹಡಿ,
50/7, ಪಿ ಅಂಡ್ ಟಿ ಕಾಲೋನಿ, ಆರ್ ಟಿ ನಗರ,
ಬೆಂಗಳೂರು-560 032
ದೂರವಾಣಿ: 70191 82729

98

KAVITEYA KAI HIDIDU..
A Travelogue by noted poet
Dr. MUDNAKUDU CHINNASWAMY
in search of Poetry across Continents
mudnakudu@gmail.com | 99022 99733

Published By **Bahuroopi**
R P Regency, F-1, 2nd Floor, No.50/7, P&T Colony,
R T Nagar, Bangalore - 560 032

editor@bahuroopi.in

Mobile | WhatsApp Bookstore: **70191 82729**

online book store: **bahuroopi.in**

ISBN: 978-81-964346-9-4
First Edition: September 2024
Pages: 72 | Price: 100
Paper Used: 70 GSM N.S.Maplitho

Cover and Inside Design: **Manjunath Latha**
illustrations courtesy: **Internet**

Printed by:
Repro India Ltd, Mumbai

ಅರ್ಪಣೆ

ಡಾ. ನಿಕೋಲ್ ಥಿಯಾರ

ನಾಟಿಂಗ್‌ಹ್ಯಾಮ್ ವಿಶ್ವವಿದ್ಯಾಲಯ, ಯು.ಕೆ.

ಡಾ. ಜುಡಿತ್ ಮಿಸ್ರಾಹಿ ಬರಾಕ್

ಪಾಲ್‌ವ್ಯಾಲರಿ ವಿಶ್ವವಿದ್ಯಾಲಯ
ಮಾಂಪೆಲಿಯರ್, ಫ್ರಾನ್ಸ್

ಪ್ರವಾಸಿಗನ ಮಾತು

ನಾನು ಇಷ್ಟು ದೇಶಗಳನ್ನು ಸುತ್ತಾಡಿ ಬರಬಹುದೆಂಬ ಕಲ್ಪನೆಯೂ ಇರಲಿಲ್ಲ. ಕವಿತೆ ನನ್ನ ಕೈ ಹಿಡಿಯಿತು, ನಾನು ಅದರ ಹಿಂದೆ ಓಡಾಡಬೇಕಾಯಿತು ಅಷ್ಟೆ. 2002ರಲ್ಲಿ ನಾನು ಮೈಸೂರಿಗೆ ರಸ್ತೆ ಸಾರಿಗೆ ನಿಗಮದ ವಿಭಾಗೀಯ ನಿಯಂತ್ರಣಾಧಿಕಾರಿಯಾಗಿ ವರ್ಗವಾಗಿ ಹೋಗಬೇಕಾಗಿ ಬಂತು. ನಾನು ಎಲ್ಲೇ ಹೋದರೂ ಒಬ್ಬ ಕವಿಯಾಗಿ, ಲೇಖಕನಾಗಿ ಆ ಊರಿನ ಸಾಂಸ್ಕೃತಿಕ ವಲಯದೊಂದಿಗೆ ದೋಸ್ತಿ ಬೆಳೆಸಿಕೊಳ್ಳುವುದು ಸಹಜವಾಗಿತ್ತು. ಜೊತೆಗೆ ನಾನು ಓದಿದ್ದು, ಬೆಳೆದಿದ್ದು ಅಲ್ಲಿಯೆ ಆಗಿದ್ದರಿಂದ ಮೈಸೂರಿನೊಂದಿಗೆ ಒಂದು ರೀತಿಯ ತವರಿನ ಸ್ಪರ್ಶವಿತ್ತು. ಒಡಹುಟ್ಟಿದವರು, ನೆಂಟರು, ಸಹಪಾಠಿಗಳು, ಗೆಳೆಯರು, ಹೀಗೆ ಆಪ್ತಲೋಕವೊಂದು ಹತ್ತಿರವಿದ್ದಂತಿತ್ತು. ಸಾಂಸ್ಕೃತಿಕ ನಗರವೆಂಬ ಖ್ಯಾತಿಯಿರುವ ಮೈಸೂರಿನಲ್ಲಿ ಲೇಖಕರು, ಕಲಾವಿದರು, ಗಾಯಕರು ಮುಂತಾದವರ ದೊಡ್ಡ ಬಳಗವೇ ಇದೆ. ಮೇಲಾಗಿ ದೇವನೂರ ಮಹದೇವ ಎಂಬ ಒಂದು ದೊಡ್ಡ ಆಲದಮರವೇ ಇದೆ. ಈಗಲೂ ಅನೇಕ ಹಿರಿಯ ಚೇತನಗಳು ಇರುವ ಊರು ಅದು. ಅಂತಹವರಲ್ಲಿ ನನಗೆ ದೊರಕಿದ್ದು ಅಪರೂಪದ ಚೇತನ ಕುವೆಂಪು ಅವರ ಶಿಷ್ಯರಾಗಿದ್ದ ಪ್ರಭುಶಂಕರ ಅವರ ಸ್ನೇಹ.

ಅದೇ ಸಮಯದಲ್ಲಿ ಬ್ರಿಟಿಷ್ ಸಂಜಾತೆ, ದಕ್ಷಿಣ ಅಮೆರಿಕಾದ ವೆನೆಜುವೇಲಾ ದೇಶದ ರೊವೀನಾ ಹಿಲ್ ಎಂಬ ಆಂಗ್ಲ ಮಹಿಳೆ ಮೈಸೂರಿಗೆ ಬಂದಿದ್ದರು. ಅವರು ಹಿಂದೆ ಮೈಸೂರು ವಿಶ್ವವಿದ್ಯಾಲಯದಲ್ಲಿ ಆಂಗ್ಲ ಭಾಷೆಯಲ್ಲಿ ಎಂ.ಎ. ಮಾಡಿದ್ದರು

ಮತ್ತು ಮೈಸೂರಿನೊಂದಿಗೆ ಒಂದು ರೀತಿಯ ವ್ಯಾಮೋಹ ಬೆಳೆಸಿಕೊಂಡಿದ್ದರು. ಸ್ವತಃ ಕವಿ ಹಾಗೂ ಲೇಖಕಿಯಾಗಿದ್ದ ಅವರು ಪ್ರಗತಿಪರ ಚಿಂತಕಿ. ಸ್ಥಳೀಯ ಬುದ್ಧಿಜೀವಿಗಳೊಂದಿಗೆ ಒಡನಾಟ ಬೆಳೆಸಿಕೊಂಡಿದ್ದರು. ಪ್ರಭುಶಂಕರ ಅವರೊಂದಿಗೆ ಒಂದಷ್ಟು ವಚನಗಳನ್ನು ಸ್ಪ್ಯಾನಿಷ್ ಭಾಷೆಗೆ ಅನುವಾದಿಸಿ ಒಂದು ಪುಸ್ತಕವನ್ನು ಪ್ರಕಟಿಸಿದ್ದರು. ಸಂಸ್ಕೃತವನ್ನು ಸ್ವಲ್ಪಮಟ್ಟಿಗೆ ಕಲಿತಿದ್ದ ಅವರಿಗೆ ಕನ್ನಡವನ್ನು ಕೇಳಿಸಿಕೊಂಡು ಗ್ರಹಿಸುವ ಶಕ್ತಿ ಇತ್ತು. ರಂಗಕರ್ಮಿ ರಾಮೇಶ್ವರಿ ವರ್ಮ ಅವರಿಗೆ ಆಪ್ತ ಗೆಳತಿ. ಒಮ್ಮೆ ಪ್ರಸನ್ನ ತಮ್ಮ ಮನೆಯಲ್ಲಿ ಕೆಲವು ಗೆಳೆಯರನ್ನು ಊಟಕ್ಕೆ ಆಹ್ವಾನಿಸಿದ್ದರು. ನಾನು ಅಲ್ಲಿಗೆ ಹೋದಾಗ ರಾಮೇಶ್ವರಿ ತಮ್ಮ ಕೈಯಲ್ಲಿ ನನ್ನ 'ಚಪ್ಪಲಿ ಮತ್ತು ನಾನು' ಕವನ ಸಂಕಲನ ಹಿಡಿದು ಆ ಶೀರ್ಷಿಕಾಪದ್ಯದ ಭಾವಾರ್ಥವನ್ನು ರೊವೀನಾ ಅವರಿಗೆ ಹೇಳುತ್ತಿದ್ದರು. ನನ್ನನ್ನು ನೋಡಿದೊಡನೆಯೆ; 'ಇಗೋ ಕವಿಯೇ ಬಂದರು ನೋಡಿ' ಎಂದು ಉದ್ಗರಿಸಿದರು. ಹೀಗಾಯಿತು ರೊವೀನಾ ಮತ್ತು ನನ್ನ ಮೊದಲ ಭೇಟಿ.

ರೊವೀನಾ ನನ್ನನ್ನು ಮತ್ತೆ ಭೇಟಿಯಾಗಬೇಕೆಂದರು. ನನಗೆ ಖುಷಿಯಾಯಿತು. ನಾನು ಒಬ್ಬ ಪ್ರಗತಿಪರ, ವಿಶಿಷ್ಟ ಸಂವೇದನೆಯ ಕವಿಗಾಗಿ ಹುಡುಕುತ್ತಿದ್ದೆ, ಕೆಲವರು ನಿಮ್ಮ ಹೆಸರು ಹೇಳಿದರು. ಅದರಿಂದ ನಿಮ್ಮ ಕವಿತೆಗಳಿಗಾಗಿ ಹುಡುಕಾಟ ನಡೆಸುತ್ತಿದ್ದೆ ಎಂದು ಹೇಳಿದರು. ಕೊಲಂಬಿಯಾ ದೇಶದ 'ಆರ್ಕ್ವಿಟ್ರಾವೆ' ಎಂಬ ಸಾಹಿತ್ಯ ಪತ್ರಿಕೆಯೊಂದಕ್ಕೆ ಒಬ್ಬ ಕನ್ನಡ ಕವಿಯ ಹತ್ತು ಕವಿತೆಗಳನ್ನು ಅನುವಾದಿಸಿ ಕಳಿಸಬೇಕಾಗಿತ್ತು ಎಂದರು. ನನ್ನ ಕಿವಿ ನಿಮಿರಿತು. ಮೊದಲ ಬಾರಿಗೆ ವಿದೇಶಿ ಕವಿಯೊಬ್ಬರು ನನ್ನನ್ನು ಗುರುತಿಸಿ ನನ್ನ ಕವಿತೆಗಳನ್ನು ಅನುವಾದಿಸುತ್ತಿರುವುದು ಹೆಮ್ಮೆಯ ಸಂಗತಿಯಲ್ಲವೆ? ನಿಗದಿತ ಸಮಯದಲ್ಲಿ ಜಯಲಕ್ಷ್ಮಿಪುರಂನಲ್ಲಿದ್ದ ಅವರ ಮನೆಗೆ ನಾನು ಭೇಟಿ ನೀಡುತ್ತಿದ್ದೆ. ಇಬ್ಬರೂ ಕುಳಿತು ಕವಿತೆಗಳನ್ನು ಕುರಿತು ಚರ್ಚಿಸುತ್ತಿದ್ದೆವು. ಅವರಿಗೆ ಸಂಸ್ಕೃತದ ಪರಿಚಯವಿತ್ತು. ಸ್ಥಳೀಯರು ಮಾತನಾಡುವ ಕನ್ನಡವನ್ನು ಗ್ರಹಿಸುತ್ತಿದ್ದರು. ನಾನು ಇಂಗ್ಲಿಷಿನಲ್ಲಿ ಕವಿತೆಗಳ ಅರ್ಥವನ್ನು, ಆಶಯವನ್ನು ವಿವರಿಸುತ್ತಿದ್ದೆ. ಹೀಗೆ ಹತ್ತು ಕವಿತೆಗಳ ಅನುವಾದ ಮುಗಿಯಿತು. ಅವುಗಳನ್ನು 'ಆರ್ಕ್ವಿಟ್ರಾವೆ'ಗೆ ಕಳಿಸಿದರು. ಅದು ಜೂನ್ 2003ರ ಸಂಚಿಕೆಯಲ್ಲಿ ನನ್ನ ಪರಿಚಯದೊಂದಿಗೆ ಪ್ರಕಟವಾಯಿತು. ಹೀಗೆ ನನ್ನ ಪದ್ಯಗಳಿಗೆ ಹೊಸ ಲೋಕವೊಂದು ತೆರೆದುಕೊಂಡಿತು. ರೊವೀನಾ ಹಿಲ್ ಅವರಿಗೆ ಅಷ್ಟಕ್ಕೆ ಸಮಾಧಾನವಾಗಲಿಲ್ಲ. ಹತ್ತು ಕವಿತೆಗಳನ್ನು ಅನುವಾದಿಸಿದ ಮೇಲೆ ಕುತೂಹಲ ಹೆಚ್ಚಾಯಿತೆಂದು ಕಾಣುತ್ತದೆ. ಇನ್ನಷ್ಟು ಕವಿತೆಗಳನ್ನು ಅನುವಾದಿಸುವ ಅಭಿಲಾಷೆಯನ್ನು ವ್ಯಕ್ತಪಡಿಸಿದರು. ಭಾರತದ ಜಾತಿಪದ್ಧತಿಯನ್ನು ಅವರು ಒಂದು ಬೆರಗಿನಂತೆ ಗಮನಿಸುತ್ತಿದ್ದರು. ಕೆಳಜಾತಿಗಳ ಬದುಕು ಹೀಗೂ ಇರಬಹುದೇ? ಎಂದು ಆಶ್ಚರ್ಯ ವ್ಯಕ್ತಪಡಿಸುತ್ತಿದ್ದರು. ಮತ್ತೆ ನಾವು ಅವರ ಮನೆಯಲ್ಲಿ ನಿಯತವಾಗಿ ಕುಳಿತುಕೊಳ್ಳುತ್ತಿದ್ದೆವು. ಅವರು ಮತ್ತಷ್ಟು ಕವಿತೆಗಳನ್ನು

ಅವರ ಮುಂದೆ ಓದಿ ಸಾರಾಂಶವನ್ನು ಹೇಳುತ್ತಿದ್ದೆ. ಇಷ್ಟವಾದುವುಗಳನ್ನೆಲ್ಲಾ ಆಯ್ದುಕೊಂಡು ಅನುವಾದ ಮಾಡುತ್ತಾ ಹೋದರು. ಅದು ಇಪ್ಪತ್ತಾರಕ್ಕೆ ಮುಟ್ಟಿತು. ಇನ್ನಷ್ಟು ಮಾಡಲು ಸಮಯವಿರಲಿಲ್ಲ. ಸ್ವದೇಶಕ್ಕೆ ಹಿಂದಿರುಗಬೇಕಾಗಿತ್ತು. ಅವರು ಮೊದಲಿಗೆ ಇಂಗ್ಲೀಷಿಗೆ ಅನುವಾದಿಸಿಕೊಳ್ಳುತ್ತಿದ್ದುದನ್ನು ನಾನು ಗಮನಿಸುತ್ತಿದ್ದೆ. ಯಾಕೆ ಎಂದು ಕೇಳಿದೆ. ನನ್ನ ಮಾತೃಭಾಷೆ ಇಂಗ್ಲಿಷ್ ಆದುದರಿಂದ ಹಾಗೆ ಮಾಡುತ್ತಿದ್ದೇನೆ ಎಂದರು. ಅದರಿಂದ ನನಗೆ ದುಪ್ಪಟ್ಟು ಅನುಕೂಲವೇ ಆಯಿತು. ಸ್ಪ್ಯಾನಿಷ್ ಜೊತೆಗೆ ಇಂಗ್ಲಿಷ್ ಅನುವಾದವೂ ಸಿಕ್ಕಂತಾಯಿತು.

ಮುಂದೆ ನನಗೆ ವೆನೆಜುವೇಲಾ ದೇಶದ ಮೆರಿಡಾ ನಗರದಲ್ಲಿರುವ ಆಂಡೀಸ್ ವಿಶ್ವವಿದ್ಯಾಲಯಕ್ಕೆ ಭೇಟಿ ನೀಡುವ ಅವಕಾಶ 2004ರಲ್ಲಿ ಲಭ್ಯವಾಯಿತು. ಅದರ ವಿವರಗಳು ಕಥನದ ಒಳಗಿವೆ. ನಾನು ಅಲ್ಲಿ ತಂಗಿದ್ದ ಸಮಯದಲ್ಲಿ ಮತ್ತೆ 20 ಕವಿತೆಗಳನ್ನು ರೊವೀನಾ ಅನುವಾದ ಮಾಡಿದರು. ಮೆರಿಡಾದಲ್ಲಿ ಕವಿತಾವಾಚನದ ನಂತರ ಸರ್ಕಾರದ ಪ್ರತಿನಿಧಿಯೊಬ್ಬರು ಎದ್ದು ನಿಂತು ನಾವು ನಿಮ್ಮ ಸ್ಪ್ಯಾನಿಷ್ ಅನುವಾದಿತ ಕವಿತೆಗಳನ್ನು ಪ್ರಕಟಿಸಬಹುದೇ? ಎಂದು ಕೇಳಿದರು. ನಮ್ಮಿಬ್ಬರಿಗೂ ಅದೊಂದು ಸಂಭ್ರಮದ ಕ್ಷಣ. ಸ್ಪ್ಯಾನಿಷ್ ಸಂಕಲನ 2005ರಲ್ಲಿ ವೆನೆಜುವೇಲಾ ಸರ್ಕಾರದ CONAC ಸಂಸ್ಥೆ ವಿಶ್ವಕಾವ್ಯಮಾಲೆ ಅಡಿಯಲ್ಲಿ ಪ್ರಕಟಿಸಿತು.

ನಂತರ ರೊವೀನಾ ಅವರ ಮೂಲಕವೇ ಗ್ರೆನೆಡಾ ಅಂತಾರಾಷ್ಟ್ರೀಯ ಕಾವ್ಯಮೇಳಕ್ಕೆ ಆಹ್ವಾನ ಸಿಕ್ಕಿತು. ನಿಕರಾಗುವಾ ದೇಶದಲ್ಲಿ ನಡೆಯುವ ಅದೊಂದು ವಿಶಿಷ್ಟ ಕಾವ್ಯಮೇಳ. ಸುಮಾರು 40 ದೇಶಗಳಿಂದ 80 ಜನ ಕವಿಗಳು ಅಲ್ಲಿ ಹಾಜರಿದ್ದರು. ಅಲ್ಲಿ ನನ್ನ ಕವಿತೆಗಳು ಎಲ್ಲರಿಗೂ ಇಷ್ಟವಾಯಿತು. ದಕ್ಷಿಣ ಅಮೆರಿಕಾ, ಕಾವ್ಯವನ್ನು ಅದೆಷ್ಟು ಸಂಭ್ರಮಿಸುತ್ತದೆ ಎಂಬುದನ್ನು ನೋಡಿ ಅಚ್ಚರಿಗೊಂಡೆ. ವಿಶ್ವವಿದ್ಯಾಲಯಗಳಿಂದ ಹಿಡಿದು ಸಾಮಾನ್ಯ ಜನರು, ಕೂಲಿ ಕಾರ್ಮಿಕರಾದಿಯಾಗಿ ಇಷ್ಟಪಡುವ ಒಂದೇ ವಿಷಯವೆಂದರೆ ಕಾವ್ಯ. ಸುತ್ತಲ ಬಹುತೇಕ ದೇಶಗಳಲ್ಲಿ ಕಾವ್ಯದ ಹಬ್ಬವನ್ನು ಆಚರಿಸುವುದು ರೂಢಿಯಾಗಿದೆ. ಅಲ್ಲಿಯೇ ನನಗೆ ಕ್ಯೂಬಾ, ಕೋಸ್ಟರೀಕಾ ಸೇರಿದಂತೆ ಇತರ ದೇಶಗಳಿಂದ ಕಾವ್ಯಮೇಳಕ್ಕೆ ಆಹ್ವಾನ ಸಿಕ್ಕಿತು. ಆದರೆ ಸಮಯ ಮತ್ತು ಆರ್ಥಿಕ ಕಾರಣಗಳಿಂದಾಗಿ ಅವುಗಳನ್ನು ಮನ್ನಿಸಲಾಗಲಿಲ್ಲ. ಆ ದೇಶಗಳು ನಡೆಸುವ ಅಂತಾರಾಷ್ಟ್ರೀಯ ಕಾವ್ಯಮೇಳಗಳ ವೈಶಿಷ್ಟ್ಯವೇನೆಂದರೆ ಹೋಗಿ ಬರುವ ವಿಮಾನಯಾನದ ಖರ್ಚನ್ನು ನಾವು ಭರಿಸಿಕೊಳ್ಳುವುದಾದರೆ ಮಿಕ್ಕ ವಸತಿ, ಊಟದ ವ್ಯವಸ್ಥೆಯನ್ನು ಅವರು ನೋಡಿಕೊಳ್ಳುತ್ತಾರೆ. ಅಲ್ಲಿ ಪರಿಚಯವಾದ ಇಸ್ರೇಲಿನ ಕವಿ ಆಮೀರ್ ಓರ್ ಮರು ವರ್ಷ ಹೆಲಿಕಾನ್ ಪೊಯೆಟ್ರಿ ಫೆಸ್ಟಿವಲ್‌ಗೆ ಆಹ್ವಾನ ಕಳಿಸಿದರು. ಹೀಗೆ ನನ್ನ ಕವಿತಾಯಾತ್ರೆ ಪ್ರಾರಂಭವಾಯಿತು.

ಹೀಗೆ ನನ್ನನ್ನು ನನ್ನ ಕವಿತೆಗಳೇ ಮುನ್ನಡೆಸಿವೆ. ಯಾವ ಲಾಬಿಯೂ ಇಲ್ಲದೆ, ಯಾರ ವಶೀಲಿಯೂ ಇಲ್ಲದೆ ಅವಕಾಶಗಳು ತಾವಾಗಿಯೆ ಸೃಷ್ಟಿಯಾಗಿವೆ ಎಂದು

ಹೇಳಲಿಚ್ಛಿಸುತ್ತೇನೆ. ಹೊಸದಾಗಿ ನನ್ನ ಪರಿಚಯಕ್ಕೆ ಬಂದವರು 'ನಾನೊಂದು ಮರವಾಗಿದ್ದರೆ' ಕವಿತೆಯನ್ನು ನೆನಪಿಸಿಕೊಳ್ಳುತ್ತಾರೆ. ಹೆಚ್ಚಾಗಿ ಜನರು ಆ ಕವಿತೆಯ ಮೂಲಕವೇ ನನ್ನನ್ನು ಗುರುತಿಸುತ್ತಾರೆ. ಅದು ನನ್ನ flag bearing poem ಆಗಿದೆ ಎಂಬುದು ಖುಷಿಯ ವಿಚಾರವೆ!

2015ರಲ್ಲಿ ನಾನು ಎಎಚ್ಆರ್‌ಸಿ ನೆಟ್‌ವರ್ಕ್ ಸಂಪರ್ಕಕ್ಕೆ ಬಂದೆ. ದಲಿತ ಸಾಹಿತ್ಯ ಮತ್ತು ಕಲೆ ಪ್ರಕಾರದಲ್ಲಿ ಕೆಲಸ ಮಾಡುವ ಇಂಗ್ಲೆಂಡಿನ ನಾಟಿಂಗ್‌ಹ್ಯಾಮ್ ಟ್ರೆಂಟ್ ವಿಶ್ವವಿದ್ಯಾಲಯ ಮೂಲದ ಸಂಸ್ಥೆ ಅದು. ಡಾ. ನಿಕೋಲ್ ಥಿಯರಾ, ಅಲ್ಲಿನ ಇಂಗ್ಲಿಷ್ ಪ್ರಾಧ್ಯಾಪಕರು ಅದರ ಮುಖ್ಯಸ್ಥರು. ಅವರಿಗೆ ಜಂಟಿಯಾಗಿ ಡಾ. ಜುಡಿತ್ ಮಿಸ್ರಾಹಿ ಬರಾಕ್, ಫ್ರಾನ್ಸ್ ದೇಶದ ಮಾಂಪೆಲಿಯರ್ ವಿಶ್ವವಿದ್ಯಾಲಯದ ಇಂಗ್ಲಿಷ್ ಪ್ರಾಧ್ಯಾಪಕರು ಕಾರ್ಯನಿರ್ವಹಿಸುತ್ತಾರೆ. ಈ ಸಂಸ್ಥೆ ನನ್ನನ್ನು ಇಂಗ್ಲೆಂಡ್ ಮತ್ತು ಫ್ರಾನ್ಸ್ ದೇಶಗಳಲ್ಲಿ ನಡೆದ ಕಾರ್ಯಕ್ರಮಗಳಿಗೆ ಆಹ್ವಾನಿಸಿದೆ. ಮತ್ತು ನನ್ನ ಇಂಗ್ಲಿಷ್ ಅನುವಾದಿತ ಸಂಕಲನ 'ಬಿಫೋರ್ ಇಟ್ ರೇನ್ಸ್ ಅಗೈನ್' ಲಿವರ್‌ಪೂಲ್‌ನ 'ಎರ್ಬಾಷೆ ಪಬ್ಲಿಷರ್ಸ್'ನಿಂದ ಪ್ರಕಟಗೊಳ್ಳಲು ಸಹಾಯ ಮಾಡಿದೆ. ಅದಕ್ಕಾಗಿ ಆ ಸಂಸ್ಥೆಗೆ ಋಣಿಯಾಗಿದ್ದೇನೆ. ಈ ಕೃತಿಯನ್ನು ಸಹೃದಯಿ ಸ್ನೇಹಿತೆಯರಾದ ಡಾ. ನಿಕೋಲ್ ಥಿಯರಾ ಮತ್ತು ಡಾ. ಜುಡಿತ್ ಮಿಸ್ರಾಹಿ ಬರಾಕ್ ಅವರಿಗೆ ಅರ್ಪಿಸಿದ್ದೇನೆ.

'ಬಹುರೂಪಿ'ಯ ಜಿ.ಎನ್. ಮೋಹನ್ ನನಗೆ ಬಹುಕಾಲದ ಮಿತ್ರರು. ಸ್ವತಃ ಲೇಖಕರಾದ ಅವರು ಪ್ರಕಾಶನ ಮತ್ತು ಮುದ್ರಣ ಕಲೆಯನ್ನು ಗಂಭೀರವಾಗಿ ತೆಗೆದುಕೊಂಡವರು. ಅವರು ನನ್ನ ಈ ಪ್ರವಾಸ ಕಥನವನ್ನು ಪ್ರಕಟಿಸುತ್ತಿರುವುದು ಬಹಳ ಹೆಮ್ಮೆಯೆನಿಸಿದೆ. ಪುಟವಿನ್ಯಾಸಗೊಳಿಸಿದ ಮಂಜುನಾಥ್ ಲತಾ ಅವರಿಗೆ ಹಾಗೂ ಶ್ರೀಜಾ ವಿ.ಎನ್ ಅವರಿಗೆ ನನ್ನ ಕೃತಜ್ಞತೆಗಳು.

|ಮೂಡ್ನಾಕೂಡು ಚಿನ್ನಸ್ವಾಮಿ

ಮೋಡಗಳ ನಡುವೆ...

ವೆನೆಜುವೇಲಾ ದೇಶದಲ್ಲಿ ಕಾವ್ಯಯಾನ

ಒಂದು ದಿನ ರೊವೀನಾ ಹಿಲ್ ಅವರಿಂದ ಒಂದು ಮಿಂಚಂಚೆ ಬಂತು. 'ಇಲ್ಲಿನ ಡಯಾಸ್ಪೊರಾದಿಂದ ನಿಮಗೆ ಒಂದು ಆಹ್ವಾನಪತ್ರ ಬರುತ್ತದೆ. ನಿಮ್ಮ ಕವಿತೆಗಳನ್ನು ಕೇಳಲು ಅಧ್ಯಾಪಕರು, ವಿದ್ಯಾರ್ಥಿಗಳು ಉತ್ಸುಕರಾಗಿದ್ದಾರೆ. ವಿಮಾನಯಾನದ ಖರ್ಚನ್ನು ನೀವು ಭರಿಸಿಕೊಂಡರೆ, ನನ್ನ ಮನೆಯಲ್ಲಿ ವಾಸ್ತವ್ಯ ಮಾಡಬಹುದು. ಆ್ಯಂಡಿಸ್ 250 ವರ್ಷಗಳ ಹಳೆಯ ವಿಶ್ವವಿದ್ಯಾಲಯ. ಇಲ್ಲಿಗೆ ಬರುವುದು ಒಂದು ಗೌರವ', ಎಂದಿತ್ತು. ನನ್ನ ಸಂತೋಷಕ್ಕೆ ಪಾರವೇ ಇರಲಿಲ್ಲ. ನನ್ನ ಕವಿತೆಗಳಿಗೆ ರೆಕ್ಕೆ ಮೂಡುತ್ತಿವೆ ಎಂದುಕೊಂಡೆ. ಅಂದುಕೊಂಡಂತೆ ಸ್ವಲ್ಪ ಸಮಯದಲ್ಲಿಯೇ ಆ್ಯಂಡಿಸ್ ವಿಶ್ವವಿದ್ಯಾಲಯದ ಅಧ್ಯಯನ ಪೀಠವಾದ Center for Asia, Africa, and Latin American Diasporas ನಿರ್ದೇಶಕರಿಂದ ಒಂದು ಪತ್ರ ಬಂದಿತು. ಅಲ್ಲಿ ಎರಡು ವಿಷಯಗಳಲ್ಲಿ ಪ್ರಬಂಧ ಮಂಡಿಸಲು ನನ್ನನ್ನು ಆಹ್ವಾನಿಸಿದ್ದರು. 'ಭಾರತದಲ್ಲಿ ಜಾತಿಪದ್ಧತಿ ಅಂದು, ಇಂದು' ಮತ್ತು 'ದಕ್ಷಿಣ ಭಾರತದ ಪ್ರತಿಭಟನಾ ಕಾವ್ಯ'. ಮೊದಲನೆಯದ್ದನ್ನು ಇತಿಹಾಸ ವಿಭಾಗದಲ್ಲಿ ಮತ್ತು ಎರಡನೆಯದ್ದನ್ನು ಸಾಹಿತ್ಯ ವಿಭಾಗದಲ್ಲಿ ಮಂಡಿಸಬೇಕಾಗಿತ್ತು.

ಪ್ರಯಾಣದ ಸಿದ್ಧತೆಯಲ್ಲಿ ತೊಡಗಿದೆ. ದಕ್ಷಿಣ ಅಮೆರಿಕಾಗೆ ಹೋಗಬೇಕಾದರೆ ಯು.ಎಸ್.ಎ ಮುಖಾಂತರವೇ ಹೋಗಬೇಕು. ನೇರ ವಿಮಾನಗಳಿರಲಿಲ್ಲ. ಅಷ್ಟು ದೂರ ಪ್ರಯಾಣ ಮಾಡುವಾಗ ಮಧ್ಯೆ ಪ್ರಯಾಣಕ್ಕೆ ನಿಲುಗಡೆ ಕೊಡಬೇಕು ಎನಿಸಿತು.

ನನ್ನ ಸ್ಪ್ಯಾನಿಷ್/ ಇಂಗ್ಲಿಷ್ ಅನುವಾದಕಿ ರೊವೀನಾ ಹಿಲ್ ಮತ್ತು ಕೊಲಂಬಿಯಾದ 'ಆರ್ಕ್ವಿಟ್ರಾವೆ' ಪತ್ರಿಕೆಯ ಸಂಪಾದಕ ಹೆರಾಲ್ಡ್ ಅಲ್ವೆರಾಡೊ ಅವರೊಂದಿಗೆ.

ಅಂದರೆ ಯು.ಎಸ್.ಎ. ನಲ್ಲಿ ಸ್ವಲ್ಪ ದಿನಗಳು ತಂಗಬೇಕು. ಲಾಸ್ ಏಂಜಲೀಸ್‌ನಲ್ಲಿ ಬೌದ್ಧ ಮಿತ್ರರೊಬ್ಬರ ಮನೆಯಲ್ಲಿ ತಂಗಿದ್ದೆ. ಅದರ ಬಗ್ಗೆ ಮುಂದಿನ ಅಧ್ಯಾಯದಲ್ಲಿ ಬರೆದಿದ್ದೇನೆ. ಅಲ್ಲಿಂದ ವೆನೆಜುವೇಲಾದ ರಾಜಧಾನಿ ಕ್ಯಾರಕಾಸ್‌ಗೆ ವಿಮಾನ ಹತ್ತಿದೆ. ಅದು ಅಮೆರಿಕನ್ ಏರ್‌ವೇಸ್ ವಿಮಾನವಾಗಿತ್ತು. ಆಕಾಶದ ಹಾದಿಯಲ್ಲಿ ಏನೋ ತೊಡಕು ಕಾಣಿಸಿಕೊಂಡು ರಾತ್ರಿ ವೇಳೆ ಮಯಾಮಿ ನಿಲ್ದಾಣದಲ್ಲಿ ಪ್ರಯಾಣಿಕರನ್ನು ಇಳಿಸಿಬಿಟ್ಟಿತು. ನಮಗೋ ಸಮಾಧಾನ. ಸದ್ಯ, ಭೂಮಿ ತಲುಪಿದೆವಲ್ಲಾ ಎಂದು. ಅಯಾಚಿತವಾಗಿ ಮಯಾಮಿ ನಗರವನ್ನು ನೋಡುವ ಅವಕಾಶವೂ ಲಭಿಸಿತು. ಏರ್‌ಪೋರ್ಟ್ ಹೊರಗಿನ ಯಾವುದೋ ಐಷಾರಾಮಿ ಹೊಟೆಲಿನಲ್ಲಿ ನಮ್ಮನ್ನು ಇಳಿಸಿದರು. ಈ ಮಧ್ಯೆ ಕಾರಕಾಸ್ ಏರ್‌ಪೋರ್ಟ್‌ನಲ್ಲಿ ನನಗಾಗಿ ಕಾಯುತ್ತಿದ್ದ ರೊವೀನಾ ಅವರಿಗೆ ವಿಷಯ ಮುಟ್ಟಿಸುವುದು ಹೇಗೆ ಎಂದು ಪರದಾಡುತ್ತಿದ್ದೆ.

ದಕ್ಷಿಣ ಅಮೆರಿಕಾ ದಿಕ್ಕಿಗೆ ಹೊರಟ ವಿಮಾನಗಳಲ್ಲಿ ಇಂಗ್ಲಿಷ್

ಮಾತನಾಡುವವರನ್ನು ಹುಡುಕಬೇಕು. ರೊವೀನಾ ಅವರ ಸೆಲ್ ನಂಬರ್ ನನ್ನ ಬಳಿ ಇದ್ದರೂ, ನನ್ನ ಫೋನ್‌ನಿಂದ ಸಂಪರ್ಕ ಮಾಡುವಂತಿರಲಿಲ್ಲ. ಹೇಗೋ ಸೋನಿಯಾ ಎಂಬ ಒಬ್ಬ ಸುಮಾರಾಗಿ ಇಂಗ್ಲಿಷ್ ಅರ್ಥ ಮಾಡಿಕೊಳ್ಳಬಲ್ಲ ಮಹಿಳೆ ಸಿಕ್ಕಿದರು. ರಿಕ್ವೆಸ್ಟ್ ಮಾಡಿಕೊಂಡೆ. ಆಕೆ ರೊವೀನಾ ಅವರನ್ನು ಸಂಪರ್ಕಿಸಿ, ಮರುದಿನ ಬರಲಿರುವ ವಿಮಾನ ಮತ್ತು ಸಮಯವನ್ನು ಹೇಳಿದರು. ಮರುದಿನ ಮುಂಜಾನೆ ಮತ್ತೆ ಪ್ರಯಾಣ ಮುಂದುವರೆಯಿತು.

ಮಧ್ಯಾಹ್ನ ಸುಮಾರು ಒಂದು ಗಂಟೆಯ ಸಮಯ. ವಿಮಾನ ಕ್ಯಾರಕಾಸ್ ನಿಲ್ದಾಣ ತಲುಪಿತು. ಕಸ್ಟಮ್ಸ್ ಪರಿವೀಕ್ಷಣೆ ಮುಗಿಸಿ ಮುಖ್ಯದ್ವಾರಕ್ಕೆ ಬಂದಾಗ ರೊವೀನಾ ಹಿಲ್ ಕಾಣಿಸಿಕೊಂಡರು. ನನಗೆ ಅತೀವ ಸಂತೋಷವಾಯಿತು. ಆಗ ಅವರಿಗೆ 65 ವರ್ಷಗಳ ಪ್ರಾಯ. ನನಗಿಂತಲೂ ಅವರು ಹದಿನೈದು ವರ್ಷಕ್ಕೆ ದೊಡ್ಡವರು. ತೆಳುವಾದ ಆರೋಗ್ಯವಂತ ಶರೀರ. ವರ್ಚಸ್ವೀ ಮುಖ. ಇಂಗ್ಲೆಂಡಿನಲ್ಲಿ ಹುಟ್ಟಿ, ಇನ್ನೂ ಅಲ್ಲಿನ ಪೌರತ್ವವನ್ನು ಹೊಂದಿರುವ ರೊವೀನಾ ಯಾಕೆ ಈ ದೇಶದಲ್ಲಿ ಉಳಿದಿದ್ದಾರೆ ಎಂಬುದೇ ನನಗೆ ಆಶ್ಚರ್ಯವೇ! ಜೊತೆಗೆ ಅವರು ನ್ಯೂಜಿಲೆಂಡ್ ಪೌರತ್ವವನ್ನು ಹೊಂದಿದ್ದರು. ಗಂಡನಿಂದ ವಿಚ್ಛೇದನ ಪಡೆದ ಮೇಲೆ ಮರುಮದುವೆಯಾಗಲಿಲ್ಲ. ಇಬ್ಬರು ಮಕ್ಕಳು. ಮಗ ಮೆರಿಡಾದಲ್ಲಿದ್ದರೆ, ಮಗಳು ಟೆಮಾಲಾದಲ್ಲಿದ್ದಾಳೆ. ದಕ್ಷಿಣ ಅಮೆರಿಕಾದ ಯುವಕರಿಗೂ ಯು.ಎಸ್.ಎ. ವ್ಯಾಮೋಹ ಬಹಳವಾಗಿದೆಯಂತೆ. ಕ್ಯಾರಕಾಸ್‌ನಲ್ಲಿ ರೊವೀನಾ, ದಾಯಾದಿ ಸಹೋದರಿಯ ಮನೆಯಲ್ಲಿ ತಂಗಿದ್ದರು. ನಾವು ಅವರ ಮನೆಗೆ ತೆರಳಿ ಲಗೇಜು ಇಳಿಸಿ ಕಾರಕಾಸ್‌ನ ಮುಖ್ಯಬೀದಿಗಳ ದರ್ಶನ ಮಾಡಿದೆವು. ಹಿಂದಿರುಗುವ ವೇಳೆ ನನ್ನ ಅಂತಿಮ ಕಾರ್ಯಕ್ರಮ ಅಲ್ಲಿನ ಸಂಸ್ಕೃತಿ ಕೇಂದ್ರದಲ್ಲಿ ಏರ್ಪಾಡಾಗಿತ್ತು.

ಆ್ಯಂಡಿಸ್ ಪರ್ವತಶ್ರೇಣಿಯ ದರ್ಶನ

ಮರುದಿನ ಮುಂಜಾನೆ ಕಾರಿನಲ್ಲಿ ಮೆರಿಡಾಕ್ಕೆ ಹೊರಟೆವು. ಕ್ಯಾರಕಾಸ್‌ನಿಂದ ಮೆರಿಡಾಕ್ಕೆ ಸರಿಯಾಗಿ ಒಂದು ಸಾವಿರ ಕಿ.ಮೀ.ಗಳ ಪಯಣ. ರೊವೀನಾ ಉದ್ದೇಶಪೂರ್ವಕವಾಗಿಯೇ ಕಾರು ಪ್ರಯಾಣವನ್ನು ಏರ್ಪಡಿಸಿದ್ದರು. ಯಾಕೆಂದರೆ ದಕ್ಷಿಣ ಅಮೆರಿಕಾ ಖಂಡದ ಪಶ್ಚಿಮ ತೀರದ ಉದ್ದಕ್ಕೂ ವ್ಯಾಪಿಸಿಕೊಂಡಿರುವ ಆ್ಯಂಡಿಸ್ ಪರ್ವತ ಶ್ರೇಣಿ ನಯನ ಮನೋಹರವಾಗಿದೆ. ದುರ್ಗಮವಾದ ಕಾಡುಳ್ಳ ಭವ್ಯವಾದ ಪರ್ವತಪಥ ಅದು. ನನಗೆ ಕಿನ್ನರ ಲೋಕದ ದರ್ಶನವಾದಂತೆ ಭಾಸವಾಗುತ್ತಿತ್ತು. ಬೆಟ್ಟಗಳನ್ನು ಸುತ್ತುತ್ತಾ, ಕಣಿವೆಗಳಲ್ಲಿ ಇಳಿಯುತ್ತಾ ಮತ್ತೆ ಮೇಲೆ ಮೋಡಗಳನ್ನು ಹಾಯುತ್ತಾ ಸಾಗಿದೆವು. ಮಾರ್ಗಮಧ್ಯೆ ಕೆಲವು ಮುಖ್ಯ ಪ್ರವಾಸಿತಾಣಗಳನ್ನು ಸಂಧಿಸಿದೆವು. ಕೆಲವು ಜಲಪಾತಗಳು, ಕೆಲ ಬೃಹದಾಕಾರದ ಕೆಥೋಲಿಕ್ ಚರ್ಚುಗಳ ದರ್ಶನವಾಯಿತು. ಆ ಹೆಸರುಗಳನ್ನು ನಾನೀಗ ಮರೆತಿದ್ದೇನೆ. ಮಾರ್ಗಮಧ್ಯೆ ನಾವು

ಊಟಕ್ಕೆಂದು ನಿಲ್ಲಿಸಿದೆವು.

ಯಾವ ದೇಶಕ್ಕೆ ಹೋದರೂ ನನಗೆ ಊಟದ ಸಮಸ್ಯೆ ಕಾಡಿಲ್ಲ. ಬೀಫ್ ತಿನ್ನುವವರಿಗೆ ಊಟದ ಸಮಸ್ಯೆ ಉದ್ಭವಿಸುವುದೇ ಇಲ್ಲ. ಯಾಕೆಂದರೆ ಅದು ಗ್ಲೋಬಲ್ ಡಿಷ್. ನಮ್ಮ ಕಾರಿನ ಚಾಲಕ ಒಬ್ಬ ಬಾಡಿಬಿಲ್ಡರ್ ಥರ ಇದ್ದ. ಕಟ್ಟುಮಸ್ತಾದ ಆಳು. ರೊವೀನಾ ಅವನಿಗೆ, 'ನೀನು ಬೇಕಾದದ್ದನ್ನು ತಿನ್ನು' ಎಂದರು. ನಮಗೆ ಸೂಪ್ ಹೇಳಿದರು. ನಾನು ತಿಳಿದುಕೊಂಡಿದ್ದು ಅದು ಅಪೆಟೈಸರ್, ಊಟಕ್ಕೂ ಮುಂಚೆ ನಾಲಿಗೆ ರುಚಿಗೊಳಿಸುವುದಕ್ಕೆ ಎಂದು. ಸಪ್ಲೈಯರ್ ಎರಡು ದೊಡ್ಡ ಬೋಗುಣಿಯನ್ನು ನಮ್ಮ ಮುಂದೆ ತಂದಿಟ್ಟ. ಅದು ಸಾರಿನ ಪಾತ್ರೆಯಂತೆ ನನಗೆ ಕಂಡಿತು. ಮೂರು ಜನರು ತಿನ್ನುವಷ್ಟು ದೊಡ್ಡ ಮಾಂಸದ ತುಂಡುಗಳು ಇದ್ದವು. ಇದೇನು? ಎಂದು ಕೇಳಿದೆ. 'ಇದೇ ಮೇನ್‌ಫುಡ್' ಎಂದರು ರೊವೀನಾ! ಅಲ್ಲಿ ಸೂಪ್ ಮೇನ್ ಫುಡ್ ಎಂಬುದನ್ನು ಕೇಳಿ ಆಶ್ಚರ್ಯವಾಯಿತು. ಅದರ ಹಿಂದೆಯೇ ಒಂದು ಅಗಲವಾದ ತಟ್ಟೆಯಲ್ಲಿ ಬೇಯಿಸಿದ ದನದ ತೊಡೆಯ ಅರ್ಧಭಾಗವನ್ನು ಚಾಲಕನ ಮುಂದೆ ಇಟ್ಟ. ಅದರ ಜೊತೆಗೆ ಚಪಾತಿ ಮಣೆಯಂತಹ ಒಂದು ಮರದ ಒತ್ತಿಗೆ, ಒಂದು ಸಣ್ಣ ಕೊಡಲಿ ಮತ್ತು ದೊಡ್ಡ ಚಾಕು ಇತ್ತು. ಅವನು ಅದನ್ನು ಕತ್ತರಿಸಿ ತಿನ್ನುತ್ತಿದ್ದ ರೀತಿ ನೋಡಿ ನಾನು ಬೇಸ್ತು ಬಿದ್ದಿದ್ದೆ. 'ಭೋಜನವೆಂದರೆ ಹೀಗೂ ಇರುತ್ತದೆಯೇ?' ಎಂದು ಯೋಚಿಸುತ್ತಿದ್ದೆ. ರೊವೀನಾ ನನ್ನ ಮುಖ ನೋಡಿ ನಗುತ್ತಿದ್ದರು. ಸ್ವಲ್ಪ ವಿರಾಮ ತೆಗೆದುಕೊಂಡು ನಾವು ಪ್ರಯಾಣ ಮುಂದುವರೆಸಿದೆವು. ಎಲ್ಲಕ್ಕಿಂತ ಹೆಚ್ಚಾಗಿ ಪರ್ವತ ಸಾಲು ಕಣ್ಮನ ಸೆಳೆಯಿತು. ರಾತ್ರಿಯಾಗುತ್ತಲೇ ನಾವು ಮೆರಿಡಾ ನಗರವನ್ನು ಪ್ರವೇಶ ಮಾಡಿದೆವು. ಅದೊಂದು ಅದ್ಭುತವಾದ ಅನುಭವ.

ಆ್ಯಂಡೀಸ್ ವಿಶ್ವವಿದ್ಯಾಲಯ

ಮೆರಿಡಾ ನಗರ ಒಂದು ಸುಂದರ ಹಾಗೂ ಪ್ರಶಾಂತವಾದ ನಗರ. ಅಳತೆಯಲ್ಲಿ ನಮ್ಮ ಮೈಸೂರಿನಷ್ಟಿರಬಹುದು. ಅಲ್ಲಿನ ಹವಾಗುಣವೇ ಮೋಹಕವಾಗಿದೆ. ಅಲ್ಲಿ ವರ್ಷಪೂರ್ತಿ ಮಳೆಯಾಗುತ್ತದೆ. ಅದು ನಮ್ಮ ಕಾಡಿನ ಮಳೆಯಂಥಲ್ಲ. ಒಂದೈದು ನಿಮಿಷ ಮಳೆ ಹುಯ್ದು ನಿಲ್ಲುತ್ತದೆ. ತಕ್ಷಣ ಬಿಸಿಲು ಏರುತ್ತದೆ. ಹತ್ತು ನಿಮಿಷ ಬಿಟ್ಟು ಅದೆಲ್ಲಿತ್ತೋ ಎನ್ನುವ ಹಾಗೆ ಮತ್ತೆ ಮಳೆ ಹುಯ್ಯುತ್ತದೆ. ಈ ಮಳೆ ಮತ್ತು ಬಿಸಿಲಿನ ಚಕ್ಕಂದವನ್ನು ನೋಡುವುದೇ ಒಂದು ಚೆಂದ. ವರ್ಷಪೂರ್ತಿ ಸೂರ್ಯ 23 ಡಿಗ್ರಿ ಸೆಲ್ಸಿಯಸ್ ಗಡಿಯನ್ನು ದಾಟುವುದಿಲ್ಲವಂತೆ.

ಜನರು ಯಾವಾಗಲೂ ಕೈಯಲ್ಲಿ ಛತ್ರಿ ಹಿಡಿದಿರುತ್ತಾರೆ. ನನಗೆ 2004ರ ಮೇ 23ರಿಂದ 30ರವರೆಗೆ ಪೂರ್ವನಿಯೋಜಿತ ಕಾರ್ಯಕ್ರಮಗಳಿದ್ದವು. ಆ್ಯಂಡಿಸ್ ವಿಶ್ವವಿದ್ಯಾನಿಲಯ ನನ್ನನ್ನು ಆದರಪೂರ್ವಕವಾಗಿ ಬರ ಮಾಡಿಕೊಂಡಿತು. ಅಂತಹ ಅದ್ಧೂರಿ ಸ್ವಾಗತವನ್ನು ಬೇರೆಲ್ಲೂ ನೋಡಲಿಲ್ಲ. ಅಧ್ಯಾಪಕರು, ವಿದ್ಯಾರ್ಥಿಗಳು ಹೂವಿನ ನಡೆಮುಡಿಯ ಮೇಲೆ, ಸಾಂಪ್ರದಾಯಿಕ ಬ್ಯಾಂಡ್‌ನೊಂದಿಗೆ ನನ್ನನ್ನು ಬರಮಾಡಿಕೊಂಡರು. ಮೊದಲನೆಯ ದಿನ ಇತಿಹಾಸ ವಿಭಾಗದಲ್ಲಿ 'ಕ್ಯಾಸ್ಟ್ ಇನ್

ಆ್ಯಂಡೀಸ್ ವಿಶ್ವವಿದ್ಯಾಲಯದ ವಿದ್ಯಾರ್ಥಿಗಳು ಮತ್ತು ರೋವೀನಾ ಅವರ ಜೊತೆ.

ಇಂಡಿಯಾ, ಪಾಸ್ಟ್ ಅಂಡ್ ದಿ ಪ್ರೆಸೆಂಟ್' ವಿಷಯ ಕುರಿತು ಉಪನ್ಯಾಸ ನೀಡಿದೆ.

ಅದಕ್ಕೆ ಸಿಕ್ಕ ಪ್ರತಿಕ್ರಿಯೆ ವಿಶಿಷ್ಟವೂ, ಅಪರೂಪವೂ ಆಗಿತ್ತು. ಏಕೆಂದರೆ ಜಾತಿಪದ್ಧತಿ ಮತ್ತು ಅಸ್ಪೃಶ್ಯತೆ ಲ್ಯಾಟಿನ್ ಅಮೆರಿಕಾಗೆ ಸುಲಭವಾಗಿ ಅರ್ಥವಾಗುವುದಿಲ್ಲ. ಕಾರಣವೇನೆಂದರೆ ಅಲ್ಲಿ ಹಿಂದೂಗಳಿಲ್ಲ. ಉತ್ತರ ಅಮೆರಿಕಾದಲ್ಲಿ ವಲಸಿಗ ಹಿಂದೂಗಳು ಇರುವುದರಿಂದ ಮತ್ತು ಅವರು ಹೋದಲ್ಲಿ ಜಾತಿಯನ್ನು ಕೊಂಡೊಯ್ಯುವುದರಿಂದ ಸಾಂಸ್ಕೃತಿಕ ವಲಯದಲ್ಲಿ ಅದರ ಬಗ್ಗೆ ಚರ್ಚೆ ನಡೆಯುತ್ತವೆ.

ನಾನು ಜಾತಿಪದ್ಧತಿಯನ್ನು ಮತ್ತು ಅಸ್ಪೃಶ್ಯತೆಯನ್ನು ವಿವರಿಸುವಾಗ ಅವರು ವಿಚಿತ್ರವಾಗಿ ಮುಖಮುಖ ನೋಡಿಕೊಳ್ಳುತ್ತಿದ್ದರು. ಕುತೂಹಲ ಪ್ರಶ್ನೆಗಳ ಸುರಿಮಳೆಯೇ ಆಯಿತು. ನಾನು ಅವರಿಗೆ ವಾಸ್ತವದ ಉದಾಹರಣೆಗಳ ಮುಖಾಂತರ ಉತ್ತರಿಸುತ್ತಿದ್ದೆ.

ಉಪನ್ಯಾಸ ಮುಗಿದ ಮೇಲೆ ಅಧ್ಯಾಪಕರು, ವಿದ್ಯಾರ್ಥಿಗಳು ನನ್ನನ್ನು ಸುತ್ತುವರಿದರು. 'ವಾಟಾಕೆ' (ನಾನು ನಿಮ್ಮನ್ನು ಮುಟ್ಟುತ್ತೇನೆ) ಎಂದು ಹೇಳುತ್ತಾ ನನ್ನನ್ನು ಮುಟ್ಟುತ್ತಿದ್ದರು. ಕೆಲವರು ನನ್ನ ಚರ್ಮವನ್ನು ಪರೀಕ್ಷಿಸುವಂತೆ ಮುಟ್ಟಿ ನೋಡುತ್ತಿದ್ದರು. ಕೆಲವರು ಅಪ್ಪುಗೆ ನೀಡುತ್ತಿದ್ದರು. ಅದು ಅಲ್ಲಿ ನನಗಾದ ವಿಚಿತ್ರ ಅನುಭವ. ಕೆಲ ಯುವಕರು, 'ಅಲ್ಲಿ ಇನ್ನೂ ಯಾಕೆ ಕ್ರಾಂತಿ ಆಗಿಲ್ಲ?' ಎಂದು ಕೇಳುತ್ತಿದ್ದರು.

ಮೆರಿಡಾ ನಗರದ ಅತಿಥೇಯರ ಮನೆಯಲ್ಲಿ
ನಾನು ಮತ್ತು ರೊವೀನಾ.

ಸ್ಪಿರಿಚುಯಲ್ ದೇಶವಲ್ಲ; ರಿಚುಯಲ್ ದೇಶ

ಭಾರತ ದೇಶ ಎಂದರೆ ಅಲ್ಲಿನವರಿಗೆ ಹೆಚ್ಚಾಗಿ ಆಧ್ಯಾತ್ಮಿಕ ದೇಶ ಎಂದು ಬಾಯಿಪಾಠವಾಗಿ ಹೋಗಿದೆ. ನನ್ನ ಪರಿಚಯವಾಗುತ್ತಿದ್ದಂತೆ ಕೆಲವರು 'ಓ, ನೀವು ಸ್ಪಿರಿಚುಯಲ್ ದೇಶದಿಂದ ಬಂದಿದ್ದೀರಿ' ಎನ್ನುತ್ತಿದ್ದರು. 'ಅದು ತಪ್ಪು ತಿಳಿವಳಿಕೆ, ನಾನು ರಿಚುಯಲ್ ದೇಶದಿಂದ ಬಂದಿದ್ದೇನೆ' ಎಂದು ಹೇಳುತ್ತಿದ್ದೆ.

ಕಾಕತಾಳೀಯವೆಂಬಂತೆ ನಾನು ಹೋದ ದಿನವೇ ಕ್ಯಾರಕಾಸ್ ನಗರದಲ್ಲಿ ಶ್ರೀ ಶ್ರೀ ರವಿಶಂಕರ್ ಗುರೂಜಿ ಉಪನ್ಯಾಸ ನೀಡುತ್ತಿದ್ದರು. ಇಲ್ಲಿಂದ ಯಾರೇ ಹೋಗಲಿ ಅಲ್ಲಿ ಯಾರೂ ವರ್ಣಾಶ್ರಮ ಅಥವಾ ಜಾತಿಪದ್ಧತಿ ಕುರಿತು ಒಂದು ಅಕ್ಷರವನ್ನೂ ಹೇಳುವುದಿಲ್ಲ. ತಮ್ಮ ಪ್ರವಚನಗಳಲ್ಲಿ ಹೆಚ್ಚಾಗಿ ಬುದ್ಧನ ಬೋಧನೆಗಳನ್ನೇ ಹೇಳುತ್ತಾರೆ. ಆದ್ದರಿಂದ ಹೊರಗಿನವರು ಆಕರ್ಷಿತರಾಗುತ್ತಾರೆ ಮತ್ತು ಕೆಲವರು ಅದನ್ನು ಹಿಂದೂ ಎಂದೇ ಭ್ರಮಿಸುತ್ತಾರೆ. ಹೆಚ್ಚಾಗಿ ಅವರು ತಮ್ಮ ತಮ್ಮ ಆಶ್ರಮಗಳನ್ನು, ಮಠಗಳನ್ನು ಶ್ರೀಮಂತಗೊಳಿಸಿಕೊಳ್ಳುವುದಕ್ಕೆ ಅನಿವಾಸಿ ಭಾರತೀಯರನ್ನು ಗುರಿಯಿಟ್ಟುಕೊಂಡು ಡಾಲರ್ ಗಳಿಕೆಗೆ ಹೋಗಿರುತ್ತಾರೆ. ಅಮೆರಿಕಾದಲ್ಲಿ 'ಇಂಡಿಯಾ ಫೌಂಡೇಷನ್' ಎಂಬ ಒಂದು ಕಟ್ಟರ್ ಹಿಂದೂ ಸಂಘಟನೆ ಕೆಲಸ ಮಾಡುತ್ತದೆ. ಫೇಸ್‌ಬುಕ್ ತಾಣದಲ್ಲಿ ಅದರ ಮುಖ್ಯಸ್ಥರು ತಮ್ಮ ವಾಕ್ಸರಿಯಲ್ಲಿ ಒಮ್ಮೆ ವಿಪಸ್ಸನಾ ಧ್ಯಾನವು ಹಿಂದೂ ಎಂದು ಬಿಂಬಿಸುತ್ತಿದ್ದರು. ನಾನು, 'ಅದು ಅಪ್ಪಟ ಬೌದ್ಧ ವಿಧಾನವೆಂದೂ,

ಹೀಗೆ ಸುಳ್ಳು ಹೇಳಬಾರದು' ಎಂದು ಪ್ರತಿಯಾಗಿ ಬರೆದೆ. ಅದಕ್ಕೆ ಅವರು, 'ಭಾರತದಿಂದ ಹೊರಗೆ ನಾವೆಲ್ಲರೂ ಒಂದೇ' ಎಂದು ಉತ್ತರಿಸಿದರು. 'ಆ ಭಾವನೆ ಭಾರತದ ಒಳಗಿರಬೇಕು, ಹೊರಗಷ್ಟೆ ಅಲ್ಲ. ತತ್ವಸಿದ್ಧಾಂತಗಳ ವಿಷಯದಲ್ಲಿ ಹಾಗೆ ಬೆರಕೆ ಮಾಡಿ ಗೊಂದಲವುಂಟು ಮಾಡಬಾರದು' ಎಂದು ಬರೆದೆ. ಅವರಿಂದ ಉತ್ತರ ಬರಲಿಲ್ಲ. ಉತ್ತರ ಅಮೆರಿಕಾ ಮತ್ತು ಯುರೋಪಿನಲ್ಲಿ ಭಾಷೆ ಮತ್ತು ಸಂಸ್ಕೃತಿಯ ಹೆಸರಿನಲ್ಲಿ ಇರುವ ಬಹುತೇಕ ಸಂಘಟನೆಗಳು ಜಾತಿ ಮೂಲವಾದವು ಎಂಬುದನ್ನು ಯಾರೂ ಅಲ್ಲಗಳೆಯಲಾರರು.

ಎರಡನೆಯ ದಿನ ಸಾಹಿತ್ಯ ವಿಭಾಗದಲ್ಲಿ 'ದಿ ಪ್ರೊಟೆಸ್ಟ್ ಪೊಯೆಟ್ರಿ ಆಫ್ ಇಂಡಿಯಾ' ಎಂಬ ವಿಷಯದ ಮೇಲೆ ಮಾತನಾಡಿದೆ. ಅಲ್ಲಿಯೂ ಒಳ್ಳೆಯ ಪ್ರತಿಕ್ರಿಯೆ ದೊರಕಿತು. ಮಿತ್ರರಾದ ಸಿ. ನಾಗಣ್ಣ ಅನುವಾದ ಮಾಡಿದ, ರೊವೀನಾರ ಆಯ್ದ ಕವಿತೆಗಳ 'ನನ್ನ ಕಣ್ಣಿನ ಬಸಿರು' ಸಂಕಲನವನ್ನು ಅಲ್ಲಿ ಬಿಡುಗಡೆಗೊಳಿಸಲಾಯಿತು. ವಿಶ್ವವಿದ್ಯಾಲಯದ ದೂರದರ್ಶನ ಮತ್ತು ಆಕಾಶವಾಣಿ ಕೇಂದ್ರಗಳು ನನ್ನ ನೇರ ಸಂದರ್ಶನವನ್ನು ಪ್ರಸಾರ ಮಾಡಿದವು. ಸಿಟಿ ಪ್ರೆಸ್ ನನ್ನ ಭೇಟಿಯನ್ನು ವರದಿ ಮಾಡಿತು. ನನ್ನ ಆಗಮನವನ್ನು ಕಾನ್ಸುಲೇಟ್ ಮೂಲಕ ತಿಳಿದು, ಇಂಡಿಯನ್ ಅಂಬಾಸೆಡರ್ ಶ್ರೀ ಭರತ್ ಬಹುನಾನಿ, ಮೆರಿಡಾ ನಗರಕ್ಕೆ ಬಂದು ನನ್ನನ್ನು ಭೋಜನಕೂಟದಲ್ಲಿ ಭೇಟಿ ಮಾಡಿದರು. 'ಭಾರತೀಯ ಲೇಖಕರೊಬ್ಬರು ಲ್ಯಾಟಿನ್ ಅಮೆರಿಕಾಗೆ ಭೇಟಿ ನೀಡುವುದು ಬಹಳ ಅಪರೂಪವಾದ್ದರಿಂದ, ನಿಮ್ಮನ್ನು ಭೇಟಿ ಮಾಡ ಬೇಕೆನಿಸಿತ್ತು' ಎಂದು ಅವರು ಹೇಳಿದಾಗ, ನನಗೆ ನಿಜಕ್ಕೂ ಖುಷಿಯಾಯಿತು. ಡಾ. ಹರ್ನಟನ್ಲು ಸೇನಾ ಎಂಬ ಲೇಖಕರ ಮನೆ ಯಲ್ಲಿ ಭೋಜನಕೂಟವು ಏರ್ಪಾಡಾಗಿತ್ತು. ಅಲ್ಲಿನ ಡಯಾಸ್ಪೊರಾದ ಹಲವು ವೇದಿಕೆಗಳಲ್ಲಿ ಕಾವ್ಯವಾಚನ ಸುಗಮವಾಗಿ ನೆರವೇರಿತು. ಕೊನೆಯ ದಿನ ಸಂಪರ್ಕಿಸಿದ ಮಹಿಳಾ ಸಂಘಟನೆಯೊಂದಕ್ಕೆ ಸಮಯ ನೀಡಲಾಗಲಿಲ್ಲ.

ಪಿಕಾಬೋಲಿವರ್

ಆ್ಯಂಡಿಸ್ ಪರ್ವತದ ತೊಟ್ಟಿಲಿನಂತಿರುವ ಸುಂದರ ಮೆರಿಡಾ ನಗರವನ್ನು ಇತರ ಗೆಳೆಯರೊಡನೆ ಸುತ್ತಾಡಿದೆ. ಅದೆಷ್ಟು ಸ್ವಚ್ಛವಾಗಿತ್ತು, ಅಚ್ಚುಕಟ್ಟಾಗಿತ್ತು ಎನ್ನುವುದನ್ನು ವರ್ಣಿಸಲಸದಳ. ಮನೆಗಳು ಪೋಸ್ಟ್ ಕಾರ್ಡುಗಳನ್ನು ಜೋಡಿಸಿಟ್ಟಂತೆ ಕಾಣುತ್ತಿದ್ದವು. ನನಗೆ ನಮ್ಮ ನಗರಗಳಲ್ಲಿ ರಸ್ತೆಗಳು ಯಾಕೆ ನೇರವಾಗಿರುವುದಿಲ್ಲ ಎಂಬ ಯೋಚನೆ ಕಾಡುತ್ತದೆ. ನಾವೆಷ್ಟು ಲೋಭಿಗಳು ಎಂದರೆ, ಮನೆಗಳು ರಸ್ತೆಗೆ ಮೂತಿ ತೋರಿಸುವಂತೆ ಕಟ್ಟಿಕೊಳ್ಳುತ್ತೇವೆ. ನಗರ ಯೋಜನಾಧಿಕಾರಿಗಳನ್ನು ನೋಡಿಕೊಂಡರೆ ಮುಗಿಯಿತು. ಪಾದಪಥಗಳಿರುವುದಿಲ್ಲ. ಅಯ್ಯೋ, ಅದನ್ನು ಬೆಳೆಸುವುದು ಬೇಡ ಬಿಡಿ. ಮೆರಿಡಾ ನಗರದಲ್ಲಿ ಶಿಖರವೊಂದಿದೆ. 'ಪಿಕಾಬೋಲಿವರ್' ಎಂದು ಅದರ ಹೆಸರು. ಅಲ್ಲಿಗೆ ಕೇಬಲ್ ಕಾರ್ ಮೂಲಕವೇ

ಹೋಗಬೇಕು. ರೊವೀನಾರ ಮಗ ಆಂಡ್ರೆಸ್ ಆಗಷ್ಟೇ ತನ್ನ ವೈದ್ಯೆ ಪತ್ನಿಗೆ ವಿಚ್ಛೇದನ ಕೊಟ್ಟಿದ್ದರು. ಅವರಿಗೆ ಮೂರು ವರ್ಷದ ಮುದ್ದಾದ ಗಂಡು ಮಗು ಇತ್ತು. ಅದು ರೊವೀನಾ ಜೊತೆ ಆಟವಾಡಿಕೊಂಡಿತ್ತು. ಈ ಮುದ್ದು ಕಂದನನ್ನು ಬಿಟ್ಟು ಹೇಗೆ ಬೇರೆಯಾಗುತ್ತಿದ್ದಾರೆ ಇವರು ಎಂದು ನನಗೆ ಸಂಕಟವಾಗುತ್ತಿತ್ತು. ಆಂಡ್ರೆಸ್‌ಗೆ ಆಗಲೇ ಜುಆನಾ ಎಂಬ ಹೊಸ ಗೆಳತಿಯಿದ್ದಳು. ಅವಳು ನನ್ನನ್ನು ಪಿಕಾಬೋಲಿವರ್‌ಗೆ ಕರೆದುಕೊಂಡು ಹೋದಳು. ಪಿಕಾಬೋಲಿವರ್, ಆ್ಯಂಡಿಸ್ ಪರ್ವತದ ಗೌರಿಶಂಕರ. ಮೈಕೊರೆಯುವ ಚಳಿಯಲ್ಲಿ ಹಿಮಾಚ್ಛಾದಿತ ಶಿಖರಗಳನ್ನು ನುಸುಳಿಕೊಂಡು ಹೋಗುತ್ತಿದ್ದ ಕೇಬಲ್ ಕಾರ್ ಪ್ರಯಾಣ ರೋಮಾಂಚನಕಾರಿಯಾಗಿತ್ತು. ಪಿಕಾಬೋಲಿವರ್‌ನ ತುತ್ತತುದಿಯಲ್ಲಿ ನಿಂತಿದ್ದಾಗ ಸ್ವರ್ಗಕ್ಕೆ ಮೂರೇ ಗೇಣು.

ಚಾವೆಜ್ ಅಧ್ಯಕ್ಷರಾಗಿದ್ದ ಕಾಲ ಅದು. ಅಲ್ಲಿ ಪ್ರತಿಯೊಬ್ಬರೂ ರಾಜಕೀಯವಾಗಿ ಗುರುತಿಸಿಕೊಳ್ಳುತ್ತಾರೆ. ಪರ–ವಿರೋಧವಾಗಿ ಮಾತಾಡುತ್ತಾರೆ. ಸ್ನೇಹಿತರಾಗಿರುತ್ತಾರೆ. ನಾನು ಹೊರಡುವ ಮುನ್ನಾ ದಿನ ಇಂಗ್ಲಿಷ್ ಪ್ರಾಧ್ಯಾಪಕರೊಬ್ಬರು ನನ್ನ ಬೀಳ್ಕೊಡುಗೆಯಾರ್ಥ ಭೋಜನಕೂಟವನ್ನು ಏರ್ಪಾಡು ಮಾಡಿದ್ದರು. ಸುಮಾರು ಇಪ್ಪತ್ತು ಮಂದಿ ಲೇಖಕರು, ಪ್ರಾಧ್ಯಾಪಕರು ಜೊತೆಗೂಡಿ ಉಂಡು, ನರ್ತಿಸಿದರು. ಸಂಗೀತ ಮತ್ತು ನರ್ತನ ಅವರ ಜೀವನದ ಭಾಗವೇ ಆಗಿದೆ. ಮೆರಿಡಾದ ಹತ್ತು ದಿನಗಳ ವಾಸ್ತವ್ಯದಲ್ಲಿ ಭಾಷೆಯ ಕಾರಣದಿಂದ ನಾನು ಒಬ್ಬನೇ ಹೊರಗೆ ಎಲ್ಲೂ ಹೋಗಲಿಲ್ಲ. ನನಗೆ ಅಲ್ಲಿನ ಥಿಯೇಟರ್ ಮತ್ತು ಸಿನಿಮಾಗಳನ್ನು ಪರಿಚಯ ಮಾಡಿಕೊಳ್ಳುವ ಆಸೆಯಿತ್ತು. ರೊವೀನಾ, 'not worth it' ಎಂದುಬಿಟ್ಟರು. ಅಲ್ಲಿ ರಂಗದ ಮೇಲೆಯೂ ಚುಂಬನ ಮತ್ತು ನಗ್ನತೆಯನ್ನು ಧಾರಾಳವಾಗಿ ತೋರಿಸುತ್ತಾರಂತೆ. ಭಾರತೀಯನಾದ ನನಗೆ ಅದು ಮುಜುಗರ ತರಬಹುದೆಂದು ಹಾಗೆ ಹೇಳಿದರೆಂದು ಕಾಣುತ್ತದೆ.

ಶ್ರಮಕ್ಕೆ ಸಲ್ಲುವ ಗೌರವ

ಅಲ್ಲಿ ಸಂಬಂಧಗಳನ್ನು ನಿಭಾಯಿಸುವ ರೀತಿ ನನಗೆ ಇಷ್ಟವಾಯಿತು. ರೊವೀನಾ ಮನೆಗೆ ಸ್ವಚ್ಛಗಾರ್ತಿಯೊಬ್ಬಳು ಬರುತ್ತಿದ್ದಳು. ಆಕೆ ಬಂದು ಮೊದಲು ಮಾಡುತ್ತಿದ್ದುದು ಮನೆಯೊಡತಿಯನ್ನು ಆಲಂಗಿಸುವುದು. ಅದರಲ್ಲೇನೋ ಒಂದು ವಿಚಿತ್ರ ಆಪ್ತತೆ ಇರುತ್ತದೆ, ಸ್ನೇಹವಿರುತ್ತದೆ. ಆತ್ಮೀಯತೆ ಬೆಳೆಯುತ್ತದೆ. ಕೆಲಸ ಮುಗಿಸಿ ಹೋಗುವಾಗಲೂ ಆಕೆ ಒಂದು ಹಗ್ ಕೊಡುತ್ತಿದ್ದಳು. 'ಭ್ರಾತೃತ್ವ ಎಂದರೆ ಇದಲ್ಲವೆ?' ಎಂದು ಆ ಆಲಿಂಗನದ ದೃಶ್ಯವನ್ನು ನೋಡಿ ನನಗೆ ತಂಬಾ ಸಂತೋಷವಾಗುತ್ತಿತ್ತು. ಇದು ಭಾರತದ ಹಿಂದೂ ಮನೆಗಳಲ್ಲಿ ಅಸಾಧ್ಯದ ಮಾತು. ಕೆಲಸದವಳನ್ನು ಮುಟ್ಟಿಸಿಕೊಳ್ಳುವುದೆಂದರೇನು? ಅವಳು ಹಿಂಬಾಗಿಲಿನಿಂದಲೇ ಬರಬೇಕು. ಕಾಫಿ ಕೊಟ್ಟರೆ ಕುಡಿಯಲು ಅವಳಿಗಾಗಿಯೆ ಒಂದು ಬೇರೆ ಲೋಟವಿರುತ್ತದೆ.

ಮೆರಿಡಾ ನಗರದ ಆ್ಯಂಡೀಸ್ ವಿಶ್ವವಿದ್ಯಾಲಯದ ಸಾಹಿತ್ಯ ಮತ್ತು ಇತಿಹಾಸ ವಿಭಾಗದ ಅಧ್ಯಾಪಕರೊಂದಿಗೆ.

ಉಳಿದಿರುವ ನಿನ್ನೆಯ ಆಹಾರವನ್ನು ಅವಳು ಕೊಂಡೊಯ್ಯಬೇಕು, ಇತ್ಯಾದಿ ಕಟ್ಟುಪಾಡುಗಳಿವೆ! ರೊವೀನಾ ಮಗ ಆಂಡ್ರೆಸ್ ಮನೆಯಿಂದ ಹೊರಡುವಾಗ ಅಮ್ಮನನ್ನು ಹಗ್ ಮಾಡುತ್ತಿದ್ದ. 'ಲವ್ ಯೂ' ಹೇಳುತ್ತಿದ್ದ. ಸಂಜೆ ಮನೆಗೆ ಹಿಂತಿರುಗಿದಾಗಲೂ ಅಮ್ಮನ ಬೆಚ್ಚನೆಯ ಅಪ್ಪುಗೆ ಬೇಕು, 'ಲವ್ ಯು' ಅನ್ನಬೇಕು. ಒಂದೇ ಮನೆಯ ಸದಸ್ಯರು ಹೀಗೆ ನಡೆದುಕೊಳ್ಳುವುದರಿಂದ ವೈಮನಸ್ಸು, ಜಗಳಗಳನ್ನು ಬೇಗ ಪರಿಹರಿಸಿಕೊಳ್ಳಬಹುದು.

ಒಮ್ಮೆ ನಾನು ಕಲಬುರ್ಗಿಗೆ ಟೂ ಟಯರ್ ಬೋಗಿಯಲ್ಲಿ ಪ್ರಯಾಣಿಸುತ್ತಿದ್ದೆ. ನನ್ನ ಎದುರು ಟೂ ಟಯರ್ ಬರ್ತ್‌ಗಳಲ್ಲಿ ಇಬ್ಬರು ವಿದೇಶಿ ಜೋಡಿ ಓದುವುದರಲ್ಲಿ ಮಗ್ನರಾಗಿದ್ದರು. ಮಲಗುವ ಸಮಯ ಬಂದಿತು. ಮೇಲೆ ಮಲಗಿದ್ದ ಗಂಡ ತನ್ನ ದೇಹವನ್ನು ಅರ್ಧ ಭಾಗ ಕೆಳಗೆ ಬಾಗಿಸಿದ, ಹೆಂಡತಿ ತುಸು ಮೇಲೆದ್ದಳು. ಇಬ್ಬರೂ ತುಟಿಗೆ ತುಟಿ ತಾಗಿಸಿದರು. ಆಮೇಲೆ ಗುಡ್ ನೈಟ್ ಹೇಳಿದರು. ಇಂತಹ ವರ್ತನೆಗಳನ್ನು ತಪ್ಪು ತಿಳಿಯುವ ಅಗತ್ಯವಿಲ್ಲ, ಅವು ಸಂಬಂಧಗಳನ್ನು ನವೀಕರಿಸುತ್ತವೆ ಎಂದೇ ನನ್ನ ಭಾವನೆ. ನಮ್ಮ ದೇಶದಲ್ಲಿ ಸಂಬಂಧಗಳು ಸ್ಥಗಿತ ಸ್ಥಿತಿಯಲ್ಲಿರುತ್ತವೆ. ಒಂದೇ ಮನೆಯಲ್ಲಿ ಅಪ್ಪ ಮಕ್ಕಳು, ಗಂಡ ಹೆಂಡತಿ, ಅತ್ತೆ ಮಾವ ಅಪರಿಚಿತರಂತೆ ಇದ್ದುಬಿಡಬಹುದು. ದಿನದಲ್ಲಿ ಒಮ್ಮೆಯಾದರೂ ಒಟ್ಟಿಗೆ ಕುಳಿತು ಊಟ ಮಾಡುವ ಪದ್ಧತಿಯನ್ನು ಬೆಳೆಸಿಕೊಂಡಿದ್ದರೆ, ಆ ಕುಟುಂಬ inclusive ಆಗಿದೆ ಎಂದರ್ಥ. ಈಗ ಮನೆಯಲ್ಲಿ ಟಿವಿ, ಎಲ್ಲರ ಕೈಗಳಲ್ಲೂ ಮೊಬೈಲ್‌ಗಳಿರುವುದರಿಂದ ಮೌನವಾಗಿಯೇ ಊಟವೂ ಮುಗಿಯುತ್ತದೆ. ಸಂಬಂಧಗಳು ಹಳಸುತ್ತವೆ.

ಮೆರಿಡಾ ನಗರದಲ್ಲಿರುವಾಗ ಒಂದೆರಡು ಸಂಜೆ ಭೋಜನಕೂಟಗಳಲ್ಲಿ ಪಾಲ್ಗೊಂಡಿದ್ದೆ. ದಕ್ಷಿಣ ಅಮೆರಿಕಾದ ದೇಶಗಳಲ್ಲಿ ಸಾಲ್ಸಾ ನೃತ್ಯ ಪ್ರಕಾರ ವಿಶಿಷ್ಟವಾದದ್ದು.

ಒಂದೆರಡು ಡ್ರಿಂಕ್ಸ್ ಬಿದ್ದ ಮೇಲೆ ಸಾಮಾನ್ಯವಾಗಿ ಯುವಜೋಡಿಗಳು ಡ್ಯಾನ್ಸ್ ಶುರು ಮಾಡುತ್ತಾರೆ. ನೃತ್ಯ ಬಲ್ಲ ಇಬ್ಬರು ಅಪರಿಚಿತರು ಸಹ ಜೋಡಿಯಾಗುತ್ತಾರೆ. ಅದು ನೃತ್ಯಕ್ಕಷ್ಟೆ ಸೀಮಿತ. ಅಪ್ಪುಗೆಯು ಮನುಷ್ಯನ ಮೂಲ ಪ್ರವೃತ್ತಿ, ಪ್ರೀತಿಯನ್ನು ವ್ಯಕ್ತಪಡಿಸುವ ಒಂದು ಮಾಧ್ಯಮ. ಪಾರ್ಟಿಗಳಲ್ಲಿ ಗಂಡಸರು ಸೂಟ್ ಧರಿಸಿರುತ್ತಾರೆ, ಮಹಿಳೆಯರು ಸ್ಕರ್ಟ್ ಮತ್ತು ಟಾಪ್‌ಗಳಲ್ಲಿರುತ್ತಾರೆ. ಅದೆಂಥ ಕ್ಲಿಷ್ಟಕರ ನೃತ್ಯವೆಂದರೆ ಕೆಲ ಸ್ಟೆಪ್‌ಗಳಲ್ಲಿ ಕಾಲು 180 ಡಿಗ್ರಿಯಾಕಾರದಲ್ಲಿ ಮೇಲೆ ಹೋಗುತ್ತದೆ. ಆ ನೃತ್ಯ ವೀಕ್ಷಣೆಯಲ್ಲಿ ಅಯಾಚಿತವಾಗಿ ಮಹಿಳೆಯರ ಒಳಉಡುಪಿನ ದರ್ಶನವೂ ಆಗುತ್ತದೆ. ಆದರೆ ಅಲ್ಲಿನ ಪುರುಷರಾಗಲೀ ಅಥವಾ ಸ್ವತಃ ಮಹಿಳೆಯರಾಗಲೀ ಅದರ ಬಗ್ಗೆ ತಲೆಕೆಡಿಸಿಕೊಂಡಂತೆ ಕಾಣುವುದಿಲ್ಲ. ಆ ದೃಶ್ಯ ಅವರಿಗೆ ವಿಶೇಷವೂ ಅಲ್ಲ. ಮುಚ್ಚಿದ ಸಮಾಜದಲ್ಲಿ ಅಂದರೆ ಲೈಂಗಿಕತೆಯನ್ನು Suppress ಮಾಡಿರುವ ಸಮಾಜದಲ್ಲಿ ಹಾಗಿರುವುದಿಲ್ಲ. ನಮ್ಮ ಸಮಾಜದಲ್ಲಿ ಮಹಿಳೆಯರು ದಿನವಿಡೀ ಸೆರಗನ್ನು ನೇರ್ಪುಗೊಳಿಸುವುದು ಒಂದು ಆಯಾಸಪೂರ್ಣ ವ್ಯಾಯಾಮದಂತೆ ತೋರುತ್ತದೆ. ಅಂದ ಮಾತ್ರಕ್ಕೆ ನಾನು ಪಾಶ್ಚಾತ್ಯ ಸಂಸ್ಕೃತಿಯನ್ನು ಇಷ್ಟಪಡುತ್ತಿದ್ದೇನೆಂದು ಅರ್ಥವಲ್ಲ. ಜಗತ್ತು ಎರಡು ಅತಿಗಳಲ್ಲಿ ಬದುಕುತ್ತಿದೆ ಎನ್ನುವುದನ್ನು ಹೇಳುತ್ತಿದ್ದೇನೆ ಅಷ್ಟೆ.

ಹಿಂಪ್ರಯಾಣ

ನನ್ನ ಹಿಂಪ್ರಯಾಣ ಪ್ರಾರಂಭವಾಯಿತು. ರೊವೀನಾ ಮತ್ತು ನಾನು ರಾಜಧಾನಿ ಕ್ಯಾರಕಸ್ ಅನ್ನು ವಿಮಾನದ ಮೂಲಕ ತಲುಪಿದೆವು. ಅಲ್ಲಿನ ಸಾಂಸ್ಕೃತಿಕ ಕೇಂದ್ರದಲ್ಲಿ ದಿ. 1.06. 2004ರಂದು ನನ್ನ ಕವಿತಾ ವಾಚನ ನಿಗದಿಯಾಗಿತ್ತು. ಸಾಕಷ್ಟು ಜನ ಲೇಖಕರು, ಪ್ರಕಾಶಕರು, ಸಾಹಿತ್ಯಾಸಕ್ತರು ಸೇರಿದ್ದರು. ನಿರೀಕ್ಷಿಸಿದಂತೆ ಅಲ್ಲಿಯೂ ಒಳ್ಳೆಯ ಪ್ರತಿಕ್ರಿಯೆ ದೊರಕಿತು. ನಾನು ಮೊದಲು ಕನ್ನಡದಲ್ಲಿ ಕವಿತೆಗಳನ್ನು ಓದುತ್ತಿದ್ದೆ. ನಂತರ ರೊವೀನಾ ಸ್ಪ್ಯಾನಿಷ್‌ನಲ್ಲಿ ಓದುತ್ತಿದ್ದರು. ಅಷ್ಟು ದೂರದ ದೇಶದಲ್ಲಿ ನಾನು ಕನ್ನಡದಲ್ಲಿ ಕವಿತೆ ವಾಚಿಸಿದ್ದು ನನಗೆ ಅಪಾರ ಸಂತೋಷ ನೀಡಿತು. ಕವಿತಾ ವಾಚನ ಮುಗಿದ ಮೇಲೆ ಸಭಿಕರ ನಡುವೆ ಇದ್ದ ಮೈಖಲ್ ಎನ್ನುವ ಪ್ರಕಾಶಕ, 'ನಿಮ್ಮ ಸ್ಪ್ಯಾನಿಷ್ ಅನುವಾದಿತ ಕವಿತೆಗಳನ್ನು ನಾವು ಪ್ರಕಟಿಸಬಹುದೇ?' ಎಂದು ಕೇಳಿದರು. ರೊವೀನಾ ಹಿಗ್ಗಿಹೋಗಿದ್ದರು. ಸ್ಪ್ಯಾನಿಷ್ ಜಗತ್ತಿನ ಎರಡನೇ ಅತಿದೊಡ್ಡ ಭಾಷೆ. ನನಗೂ ಅತೀವ ಸಂತೋಷವಾಯಿತು.

ಮೈಖಲ್ ಸರ್ಕಾರದ ಸಂಸ್ಕೃತಿ ಇಲಾಖೆಯ ಮುಖ್ಯಸ್ಥರಾಗಿದ್ದರು. ವೆನೆಜುವೇಲಾ ಸರ್ಕಾರ World Poetry Series ಅಡಿಯಲ್ಲಿ ಹಲವು ದೇಶಗಳ ಮುಖ್ಯ ಕವಿಗಳನ್ನು ಪ್ರಕಟಿಸುತ್ತಿದೆ ಎಂದು ತಿಳಿಸಿದರು. ಜಗತ್ತಿನ ಪ್ರಾಚೀನ ಭಾಷೆಗಳಲ್ಲೊಂದಾದ ಕನ್ನಡಕ್ಕೂ ಅಲ್ಲಿ ಜಾಗ ಸಿಕ್ಕಿದ್ದಕ್ಕೆ ನಾನು ಅವರಿಗೆ ಕೃತಜ್ಞತೆ ಹೇಳಿದೆ.

ಕ್ಯಾರಕಾಸ್‌ನ ಸಂಸ್ಕೃತಿ ಕೇಂದ್ರದ ಮುಖ್ಯಸ್ಥರನ್ನು ರೊವೀನಾ ನನಗೆ ಭೇಟಿ

ಮಾಡಿಸಿದರು. ಆಕೆ ವಯಸ್ಸಾದ ಹಿರಿಯ ಮಹಿಳೆ. ನನ್ನನ್ನು ಆತ್ಮೀಯವಾಗಿ ಅಪ್ಪಿಕೊಂಡರು. 'ನಾನು ಭಾರತವನ್ನು ತುಂಬಾ ಇಷ್ಟಪಡುತ್ತೇನೆ, ಅದು ಪ್ರಾಚೀನ ನಾಗರಿಕತೆ. ನಾನು ವಾತ್ಸಾಯನನ ಕಾಮಸೂತ್ರದ ಮೇಲೆ ಸಂಶೋಧನೆ ಮಾಡುತ್ತಿದ್ದೇನೆ' ಎಂದರು. ಸುತ್ತಲಿನ ಹಿರಿಯ ಮಹಿಳೆಯರು ಗೊಳ್ಳೆಂದು ನಕ್ಕರು. 'ವಾತ್ಸಾಯನನ ಬಗ್ಗೆ ನಿಮಗೆಲ್ಲ ತಿಳಿದಿರುವುದು ನನಗೆ ಹೆಮ್ಮೆ ಎನಿಸುತ್ತದೆ. ಮನುಷ್ಯನ ಮೂಲ ವಾಂಛೆಯನ್ನು ಶತಮಾನಗಳ ಹಿಂದೆಯೇ ಭಾರತದ ಋಷಿಯೊಬ್ಬ ಶೋಧಿಸಿರುವುದು ಹೆಮ್ಮೆಯೆನಿಸುವುದಿಲ್ಲವೆ?' ಎಂದೆ. ಎಲ್ಲರೂ ಹೌದು, ಹೌದೆಂದು ತಲೆಯಾಡಿಸಿದರು. ರೊವೀನಾ ಕೊಂಚ ಮುಜುಗರಪಡುತ್ತಿದ್ದುದು ಗೋಚರವಾಯಿತು. ಸಂಸ್ಕೃತಿ ಕೇಂದ್ರದ ಮುಖ್ಯಸ್ಥೆ ಮಧ್ಯಾಹ್ನದ ಔತಣಕೂಟಕ್ಕೆ ಕರೆದೊಯ್ದರು. ಅಲ್ಲಿ ದನದ ನಾಲಿಗೆಯ ಫ್ರೈ ಚೆನ್ನಾಗಿರುತ್ತದೆ ಎಂದು ಆರ್ಡರ್ ಮಾಡಿದರು. ನನಗೆ ರಾಮಾಯಣದಲ್ಲಿ ಬರುವ ದಶರಥನ ಆತಿಥ್ಯ ನೆನಪಾಯಿತು. ರಾಮ ಲಕ್ಷ್ಮಣರನ್ನು ಕಾಡಿಗೆ ಕರೆದೊಯ್ಯಲು ಬಂದ ವಸಿಷ್ಠ ಮುನಿಗೆ, ಎಳೆಗರುವಿನ ನಾಲಿಗೆಯ ಮಾಂಸವನ್ನು ಬಡಿಸಲು ಆಜ್ಞಾಪಿಸುವುದಿಲ್ಲವೆ! ನಾನೆಷ್ಟು ಅದೃಷ್ಟವಂತ ಎಂದುಕೊಂಡೆ.

ರೊವೀನಾ ಅವರ ಮನೆ ಊರಂಚಿನಲ್ಲಿ ತುಸು ಎತ್ತರದ ದಿಬ್ಬದ ಮೇಲೆ ವಿಶಾಲವಾದ ಪ್ರದೇಶದಲ್ಲಿತ್ತು. ಸಾವಿರಾರು ಎಕರೆ ಭೂಮಿಯ ಒಡತಿ ಆಕೆ. ಮನೆಯಿಂದ ಅವರ ಜಮೀನಿಗೆ ರೇಡಿಯೋ ಸಂಪರ್ಕವಿತ್ತು. ಆದರೂ ಎಡಪಂಥೀಯ ಚಿಂತನೆಯನ್ನು ಬೆಳೆಸಿಕೊಂಡದ್ದು, ಬಡವರ ಪರ, ಇಲ್ಲದವರ ಪರವಾಗಿ ಯೋಚಿಸುತ್ತಿದ್ದುದು ನನ್ನಲ್ಲಿ ಆಶ್ಚರ್ಯವನ್ನುಂಟು ಮಾಡಿತ್ತು. ಒಂದು ಪೆಡಸಾದ ನಾಯಿಯನ್ನು ಸಾಕಿದ್ದರು. ಮನೆಯ ಹಿಂಭಾಗದಲ್ಲಿ ವಿಶಾಲವಾದ ಹಸಿರು ಲಾನ್ ಇತ್ತು. ದಿಬ್ಬದ ತುದಿ ಏರಿದರೆ ಮೆರಿಡಾದ ವಿಹಂಗಮ ನೋಟ ಸಿಗುತ್ತಿತ್ತು. ಒಟ್ಟಿನಲ್ಲಿ ಒಬ್ಬ ಕವಿಗೆ ಹೇಳಿ ಮಾಡಿಸಿದ ಮನೆ ಅದು. ಬಿಡುವಿನ ವೇಳೆಯಲ್ಲಿ ಅಲ್ಲಿ ಕೂತು ನನ್ನ ಇನ್ನಷ್ಟು ಪದ್ಯಗಳನ್ನು ಸ್ಪ್ಯಾನಿಷ್ ಭಾಷೆಗೆ ಅನುವಾದ ಮಾಡಿದರು. ಒಟ್ಟು 47 ಕವಿತೆಗಳು ಸ್ಪ್ಯಾನಿಷ್ ಮತ್ತು ಇಂಗ್ಲಿಷ್ ಭಾಷೆಯಲ್ಲಿ ದೊರಕಿದವು. ಅಲ್ಲಿ ಸುಮಾರು ಹತ್ತು ದಿನಗಳು ಕಳೆದದ್ದು ಆಪ್ಯಾಯಮಾನವೆನಿಸಿತು. ನನ್ನ ಸ್ವದೇಶದಲ್ಲಿ ಸಿಗದ ಆದರ, ಸತ್ಕಾರಗಳನ್ನು ದೊರಕಿಸಿಕೊಟ್ಟದ್ದಕ್ಕಾಗಿ ಅಷ್ಟೆ ಅಲ್ಲ, ಇಡೀ ಪಶ್ಚಿಮ ಲೋಕಕ್ಕೆ ನನ್ನನ್ನು ಪರಿಚಯಿಸಿದ ರೊವೀನಾ ಹಿಲ್ ಅವರಿಗೆ ಕೃತಜ್ಞತೆಗಳನ್ನು ಹೇಗೆ ತಿಳಿಸುವುದು? 'ನನ್ನನ್ನು ಒಬ್ಬ ಕಿರಿಯ ಸೋದರನಂತೆ ನೋಡಿಕೊಂಡಿರಿ, ತಾಯಿಯ ಪ್ರೀತಿಯನ್ನು ತೋರಿದಿರಿ' ಎಂದು ಭಾವುಕನಾಗಿ ವಿದಾಯ ಹೇಳಿ ಮರುದಿನ ಅದೇ ಮಾರ್ಗದಲ್ಲಿ ಭಾರತಕ್ಕೆ ಮರಳಿದೆ.

ಲಾಸ್ ಏಂಜಲೀಸ್ ನಗರದಲ್ಲಿ ಒಂದು ವಾರ

ದಕ್ಷಿಣ ಅಮೆರಿಕಾಗೆ ಹೋಗಬೇಕಾದರೆ ಯು.ಎಸ್.ಎ ಮುಖಾಂತರವೇ ಹೋಗಬೇಕು. ನೇರ ವಿಮಾನಗಳಿರಲಿಲ್ಲ. ಅಷ್ಟು ದೂರ ಪ್ರಯಾಣ ಮಾಡುವಾಗ ಮಧ್ಯೆ ಪ್ರಯಾಣಕ್ಕೆ ನಿಲುಗಡೆ ಕೊಡಬೇಕು ಎನಿಸಿತು. ಅಂದರೆ ಯು.ಎಸ್.ಎ ನಲ್ಲಿ ಸ್ವಲ್ಪ ದಿನಗಳು ತಂಗಬೇಕು. ಬೋಧಿ ಧಮ್ಮ ಎಂಬ ನಾಗಪುರ ಮೂಲದ ಝೆನ್ ಬೌದ್ಧ ಭಿಕ್ಕು ಬಿಜಾಪುರದ ಸಾರನಾಥ ಬೌದ್ಧ ವಿಹಾರದಲ್ಲಿದ್ದುಕೊಂಡು ಧಮ್ಮ ಪ್ರಚಾರದಲ್ಲಿ ತೊಡಗಿದ್ದರು. ಅವರು ಜಪಾನ್ ನಿವಾಸಿಯೂ ಆಗಿದ್ದರು. ವರ್ಷದಲ್ಲಿ ಆರು ತಿಂಗಳು ಜಪಾನಿನಲ್ಲಿ, ಇನ್ನಾರು ತಿಂಗಳು ಬಿಜಾಪುರದಲ್ಲಿ ಇರುತ್ತಿದ್ದರು.

ಜಪಾನಿನ ಅವರ ಮಾನೆಸ್ಟರಿಗೆ ಲಾಸ್ ಏಂಜಲೀಸ್‌ನಿಂದ ಧ್ಯಾನಕ್ಕೆಂದು ಬರುತ್ತಿದ್ದ ಕಿಕಿಗೆಯಿಟ್ ಮತ್ತು ಮೈಖೆಲ್ ಕೆನೆಡಿ ಎಂಬ ಇಬ್ಬರು ಅವರಿಗೆ ಆಪ್ತರಾಗಿದ್ದರು. ಒಮ್ಮೆ ಭಾರತವನ್ನು ನೋಡಲು ಬಂದವರು ಮೈಸೂರಿಗೂ ಬಂದಿದ್ದರು. ಅವರಿಬ್ಬರೂ ಬೌದ್ಧರಾಗಿದ್ದರು. ಆದಕಾರಣ ಭಿಕ್ಕು ಬೋಧಿ ಧಮ್ಮ ಅವರ ಅಪೇಕ್ಷೆಯಂತೆ ಮೈಸೂರಿನಲ್ಲಿ ಅವರು ನನ್ನ ಅತಿಥಿಗಳಾಗಿದ್ದರು. ಬೋಧಿ ಧಮ್ಮ ಅವರ ಅನುಮತಿ ಪಡೆದು ಅವರಿಗೆ, 'ನಾನು ವೆನೆಜುವೇಲಾ ದೇಶಕ್ಕೆ ಹೋಗುತ್ತಿರುವುದಾಗಿಯೂ, ಮಾರ್ಗ ಮಧ್ಯೆ ಲಾಸ್ ಏಂಜಲೀಸ್‌ನಲ್ಲಿ ಕೆಲದಿನ ತಂಗಿದ್ದು ಪ್ರವಾಸಿತಾಣಗಳನ್ನು ನೋಡಬಯಸಿರುವೆ' ಎಂದು ತಿಳಿಸಿದೆ. ಅವರು ಹಿಗ್ಗಿಹೋದರು. ಅವರಿಬ್ಬರೂ

ಹಾಲಿವುಡ್ ಚಿತ್ರರಂಗದಲ್ಲಿ ಕೆಲಸ ಮಾಡುತ್ತಿದ್ದರು. ಕಿಕಿ, ಕಲಾ ನಿರ್ದೇಶಕರು, ಮೈಖೆಲ್ ಕೆನೆಡಿ, ವಸ್ತ್ರ ವಿನ್ಯಾಸಕರು. ಹಾಲಿವುಡ್ಡಿನ ಬಹಳ ಮಂದಿ ಖ್ಯಾತನಾಮರು ಬೌದ್ಧರಾಗಿದ್ದಾರೆ ಎಂಬುದು ಜನಜನಿತವಾಗಿರುವ ವಿಷಯವೇ.

ನಾನು ಮೊದಲು ಈ ಮೇಲೆ ಹೇಳಿದ ಎರಡು ಪ್ರಬಂಧಗಳನ್ನು ಇಂಗ್ಲಿಷ್‌ನಲ್ಲಿ ಸಿದ್ಧಪಡಿಸಿದೆ. ಮಿತ್ರ ನಾಗಣ್ಣನವರಿಗೆ ತೋರಿಸಿದೆ. ಅವರು ಮೆಚ್ಚುಗೆ ಸೂಚಿಸಿದ ಮೇಲೆ ವಿಶ್ವಾಸ ಮೂಡಿತು. ವಿದೇಶಿ ನೆಲದಲ್ಲಿ ಈ ಕನ್ನಡ ಮೀಡಿಯಂ ಹುಡುಗನಿಗೆ ಕಿಮ್ಮತ್ತು ಸಿಗಬೇಕಿತ್ತಲ್ಲ! ಆಗ ಎರಡೂ ಬದಿಯ ವಿಮಾನ ಪ್ರಯಾಣದ ಒಟ್ಟು ವೆಚ್ಚ 45,000 ರೂಪಾಯಿಗಳು. ದೆಹಲಿಯಿಂದ ಲಾಸ್ ಏಂಜಲೀಸ್ ತಲುಪಿದೆ. ಅಲ್ಲಿಗೆ ನನ್ನನ್ನು ಸ್ವೀಕರಿಸಲು ಬಂದವರು ಗೇನ್ಸ್ಕೋ ಎಂಬ ಒಬ್ಬ ಬೌದ್ಧ ಭಿಕ್ಕು. ಕೆನಡಾ ಮೂಲದವರು, ಚೀವಾರವನ್ನು ಧರಿಸಿದ್ದರು. ಪ್ಲೆಕಾರ್ಡ್ ಹಿಡಿದು ನಿಂತಿದ್ದ ಅವರ ಬಳಿಗೆ ನಾನು ಹೋದಾಗ ಅವರ ಸಂಪ್ರದಾಯದಂತೆ ಆಲಂಗಿಸಿದರು. ಅವರು ಆಡಿದ ಮೊದಲ ಮಾತು ಅಚ್ಚಳಿಯದೆ ನನ್ನೊಳಗೆ ಉಳಿದಿದೆ. “We belong to one Sangha” ಎಂದರು. ಎಂಥ ಮಾತು! ಇಂತಹ ಅಪೂರ್ವವಾದ ಧರ್ಮವನ್ನು ಭಾರತದಿಂದ ಓಡಿಸಿ, ನಮ್ಮನ್ನು ಅನಾಥರನ್ನಾಗಿ ಮಾಡಿದರಲ್ಲ ಎಂದು ವ್ಯಥೆಯಾಯಿತು. ಕಾರು ನೇರವಾಗಿ ಕಿಕಿಗೆಯಿಟ್ ಅವರ ಮನೆ ತಲುಪಿತು. ಅದೊಂದು ದೊಡ್ಡ ಬಂಗಲೆ. ನೆಲಮಾಳಿಗೆಯಲ್ಲಿ ನನಗಾಗಿ ಒಂದು ಕೊಠಡಿಯನ್ನು ಸಜ್ಜುಗೊಳಿಸಲಾಗಿತ್ತು. ಭೌದ್ಧ ಭಿಕ್ಕು ಒಂದು ಕೊಠಡಿಯಲ್ಲಿದ್ದರು. ಒಂದು ವಾರ ಕಾಲ ನಾನು ಅಲ್ಲಿ ತಂಗಿದ್ದೆ.

ಕಿಕಿ ಮತ್ತು ಮೈಖೆಲ್ ನನಗೆ ಲಾಸ್ ಏಂಜಲೀಸ್ ತೋರಿಸುವ ಆಶ್ವಾಸನೆ ನೀಡಿದ್ದರು. ಅದರಂತೆ ಒಬ್ಬರಾದ ಮೇಲೆ ಒಬ್ಬರು, ದಿನ ಬಿಟ್ಟು ದಿನ ಕೆಲಸಕ್ಕೆ ರಜಾ ಹಾಕಿ ನನ್ನ ಜೊತೆಗಿರುತ್ತಿದ್ದರು. ಕಿಕಿ ಜೊತೆಗೆ ಯೂನಿವರ್ಸಲ್ ಸ್ಟುಡಿಯೋ, ಮೈಖೆಲ್ ಜೊತೆಗೆ ಡಿಸ್ನಿ ಲ್ಯಾಂಡ್ ನೋಡಿದೆ. ಇನ್ನೂ ಅನೇಕ ಪ್ರೇಕ್ಷಣೀಯ ಸ್ಥಳಗಳನ್ನು ನಾವು ನೋಡಿದೆವು. ರಾತ್ರಿ ಹೊತ್ತು ಹಾಲಿವುಡ್‌ನ ಬೀದಿಗಳಲ್ಲಿ ಅಲೆದೆವು. ಅಲ್ಲಿನ ಫುಟ್‌ಪಾತ್‌ಗಳು, ಖ್ಯಾತ ಹಾಲಿವುಡ್ ತಾರೆಯರ ಹೆಸರುಗಳಿರುವ ಸ್ಟಾರ್‌ಗಳಿಂದ ಅಲಂಕರಿಸಲ್ಪಟ್ಟಿವೆ. ಆಸ್ಕರ್ ಪ್ರಶಸ್ತಿ ಕೊಡಮಾಡುವ ಥಿಯೇಟರ್ ಒಳಗೆಲ್ಲಾ ಸುತ್ತಾಡಿದೆವು. ಸಿನಿಮಾದವರ ಜೊತೆಯಿದ್ದುದರಿಂದ ಅದು ಸಾಧ್ಯವಾಯಿತು.

ಹಾಲಿವುಡ್ ಪ್ರಸಿದ್ಧರ ಮುಂದೆ ಕವಿತಾ ವಾಚನ

ಕಿಕಿಗೆಯಿಟ್ ಮನೆಯ ಹತ್ತಿರ 'ಬೋಧಿ ಟ್ರೀ' ಎಂಬ ಪುಸ್ತಕ ಮಳಿಗೆಯಿತ್ತು. ನಾನು ಅಲ್ಲಿಗೆ ತಲುಪುವ ಮೊದಲೇ, ಅವರೊಡನೆ ಮಾತಾಡಿ ನನ್ನ ಕವನ ವಾಚನ ಕಾರ್ಯಕ್ರಮವನ್ನು 18.05.2004ಕ್ಕೆ ನಿಗದಿಗೊಳಿಸಿದ್ದರು. ಕಾರಣಾಂತರದಿಂದ ಸ್ಥಳ ಬದಲಾವಣೆಯಾಗಿ ಕಿಕಿ ಮನೆಯಲ್ಲಿಯೇ ಕವಿಗೋಷ್ಠಿ ಏರ್ಪಡಾಯಿತು. ಅದೊಂದು

ವಿಶಾಲವಾದ ಮನೆ. ಅಲ್ಲಿನ ಶ್ರೀಮಂತರು ಒಬ್ಬೊಬ್ಬರೇ ವಾಸವಾಗಿದ್ದರೂ, ಬಂಗಲೆಗಳಲ್ಲೇ ಇರುತ್ತಾರೆ. ನನಗೆ ಆಶ್ಚರ್ಯವಾಗುವಂತೆ ಅಂದು ಸುಮಾರು 35 ಮಂದಿ ಹಾಲಿವುಡ್ ಖ್ಯಾತನಾಮರು ಅಲ್ಲಿ ನೆರೆದಿದ್ದರು. ನಟನಟಿಯರು, ನಿರ್ಮಾಪಕರು, ನಿರ್ದೇಶಕರಿಂದ ಹಿಡಿದು ತೆರೆಯ ಹಿಂದೆ ಕೆಲಸ ಮಾಡುವ ಬೇರೆ ಬೇರೆ ವೃತ್ತಿಪರರು ಅಲ್ಲಿ ಜಮಾಯಿಸಿದ್ದರು. ಅವರ ವಿಸಿಟಿಂಗ್ ಕಾರ್ಡುಗಳನ್ನು ನೋಡಿದರೆ ಬೆಚ್ಚಿಬೀಳುವಂತಾಗುತ್ತಿತ್ತು. ಎಲ್ಲರೂ ನನ್ನ ಕವಿತೆಗಳನ್ನು ತುಂಬಾ ಆದರದಿಂದ ಕೇಳಿ ಇಷ್ಟಪಟ್ಟರು. ಒಳ್ಳೆಯ ಊಟವಾಯಿತು. ಆ ಖರ್ಚನ್ನು ಕಿಕಿ ಮತ್ತು ಮೈಖೆಲ್ ಭರಿಸಿದ್ದರು.

ಹಿಂದಿನ ದಿನ ಅಲ್ಲಿಯೇ ಬರೆದಿದ್ದ ನನ್ನ ಮೊದಲ ಇಂಗ್ಲಿಷ್ ಕವನವನ್ನು ವಾಚಿಸಿದೆ. ಎಲ್ಲರಿಗೂ ಇಷ್ಟವಾಯಿತು. ಅದನ್ನು ಗೃಹಿಣಿಯೊಬ್ಬರು, 'ಝೆರಾಕ್ಸ್ ಮಾಡಿಸಿಕೊಂಡು ನನ್ನ ಫ್ರಿಜ್ಜಿನ ಮೇಲೆ ಅಂಟಿಸುತ್ತೇನೆ' ಎಂದು ತೆಗೆದುಕೊಂಡು ಹೋದರು.

ಶೂಟಿಂಗ್ ನೋಡಲು ಹೊರಟೆ

ಒಂದು ದಿನ ನಾನು ಒಬ್ಬನೇ ಮನೆಯಲ್ಲಿರಬೇಕಾಗಿ ಬಂತು. ನಾನು ಕಿಕಿ ಜೊತೆಯಲ್ಲಿ ಶೂಟಿಂಗ್ ನೋಡಲು ಬರುತ್ತೇನೆ ಎಂದು ಹೇಳಿದೆ. ಅಂದು ಔಟ್‌ಡೋರ್ ಶೂಟಿಂಗ್ ಇತ್ತು. ಇಬ್ಬರೂ ಹೊರಟೆವು. ಕಿಕಿ ಮನೆಗೆ ಬೀಗ ಹಾಕಲಿಲ್ಲ. 'ಯಾಕೆ?' ಎಂದು ಕೇಳಿದೆ. 'ಇಲ್ಲಿಗೆ ಯಾರೂ ಬರುವುದಿಲ್ಲ' ಎಂದರು. ಈ ಪದ್ಧತಿ ಸೌದಿ ಅರೇಬಿಯಾ ಮತ್ತು ಇನ್ನಿತರ ಇಸ್ಲಾಮಿಕ್ ದೇಶಗಳಲ್ಲಿ ಚಾಲ್ತಿಯಲ್ಲಿದೆ ಎಂದು ಕೇಳಿದ್ದೆ. ಅಲ್ಲಿ ಶರೀಯತ್ ಕಾನೂನು ತುಂಬಾ ಬಿಗಿಯಾಗಿದೆ, ಮತ್ತು ಕೈ ಕಡಿಯುವಂಥ ಕಠಿಣತಮ ಶಿಕ್ಷೆಗಳಿವೆ. ಲಾಸ್ ಏಂಜಲೀಸ್‌ನಂತಹ ದೊಡ್ಡ, ಮುಕ್ತ ನಗರಗಳಲ್ಲಿ ಇದು ನಿಜಕ್ಕೂ ಅಚ್ಚರಿ ಎನಿಸಿತು. ಲಾಸ್ ಏಂಜಲೀಸ್ ಕಾರುಗಳಿಗಾಗಿಯೇ ನಿರ್ಮಿಸಿದ ಸುಂದರ ಹಾಗೂ ಭವ್ಯ ನಗರ. ಕಾರಿಲ್ಲದೆ ಹೊರಗೆ ಕಾಲಿಡಲು ಸಾಧ್ಯವೇ ಇಲ್ಲ. ಸಿಟಿಯೊಳಗಿನ ರಸ್ತೆಗಳಲ್ಲೂ 6–8 ಲೇನುಗಳಿವೆ. ರಸ್ತೆ ದಾಟುವುದೆಂದರೆ ಮಹಾಹಿಂಸೆ. ಇಬ್ಬರೂ ಶೂಟಿಂಗ್ ಸ್ಥಳವನ್ನು ತಲುಪಿದೆವು. ಅಲ್ಲಿನ ಚಿತ್ರೀಕರಣ ಮಾದರಿಯನ್ನು ಇಲ್ಲಿಗೆ ಹೋಲಿಸಲು ಸಾಧ್ಯವಾಗುವುದೇ ಇಲ್ಲ. ಅಷ್ಟು ಅದ್ದೂರಿ ಮತ್ತು ಶಿಸ್ತುಬದ್ಧವಾಗಿರುತ್ತದೆ.

ಒಂದು ರೂಮಿನಲ್ಲಿ ವಿಧವಿಧವಾದ ಖಾದ್ಯಗಳು, ಚಾಕೊಲೇಟ್‌ಗಳು, ಪಾನೀಯಗಳನ್ನು ಒಪ್ಪವಾಗಿ ಇಡಲಾಗಿತ್ತು. ನಾನು ಚಾಕೊಲೇಟ್‌ಗಳನ್ನು ಸವಿಯುತ್ತಾ, ಶೂಟಿಂಗ್ ನೋಡುತ್ತಾ ಕುಳಿತಿದ್ದೆ. ಸೆಟ್ ಮೇಲೆ ಕಿಕಿಗೆ ಸಂಪೂರ್ಣ ಹಿಡಿತವಿತ್ತು. ಅದನ್ನು ಕಲಾತ್ಮಕವಾಗಿ ಕಾಣಿಸಲು ಹೆಣಗಾಡುತ್ತಿದ್ದರು. ಟೀಪಾಯಿಯನ್ನು ಎಲ್ಲಿಡಬೇಕು, ಒಂದು ಹೂದಾನಿಯು ಎಲ್ಲಿರಬೇಕು ಎಂಬ ಸಣ್ಣ ಸೂಕ್ಷ್ಮಗಳನ್ನು ಅವರು ಗಮನಿಸುತ್ತಿದ್ದರು. ಕಲಾ ನಿರ್ದೇಶಕರ ಪ್ರಾಮುಖ್ಯತೆ ಏನು ಎಂದು, ಅಂದು ನನಗೆ ತಿಳಿಯಿತು.

ಹಾಲಿವುಡ್‌ನ ಖ್ಯಾತವಿಖ್ಯಾತರು ನೆಲೆಸಿರುವ ವೈಭವೋಪೇತ ಬಡಾವಣೆಯಾದ ಬೆರ್ಲೀನ ಹಿಲ್ಸ್ ಅನ್ನು ನಡಿಗೆಯಲ್ಲಿ ಸುತ್ತು ಹಾಕಿದೆವು. ಅಲ್ಲಿನ ರಸ್ತೆಗಳಲ್ಲಿ ಬೆಳೆಸಿದ ಸಾಲು ಸಾಲು ನೀಲಿ ಹೂವಿನ ಜಕರಾಂಡ ಮರಗಳು ನನ್ನ ಮನಸ್ಸನ್ನು ಸೆಳೆದವು. ಅತಿ ದೊಡ್ಡದಾದ ಸುಂದರ ಮನೆಗಳು, ಬಿಕೋ ಎನ್ನುವ ಬೀದಿ, ಆಗೀಗ ಸುಂಯ್‌ಗುಡುತ್ತಾ ನುಸುಳುವ ಕಾರುಗಳು, ಯಾವುದೋ ಸ್ವರ್ಗನಗರಿ ಇರಬೇಕು ಎನಿಸುವಂತಿತ್ತು. ಮನೆಗೆ ಹಿಂತಿರುಗಿ ಬಂದಾಗ ಕಿಕಿ ಬಾಗಿಲ ಬಳಿ ಕೆಲವು ಅಂಚೆಗಳನ್ನು ಎತ್ತಿಕೊಂಡು ಒಳನಡೆದರು. 'ಯಾರೂ ಒಳನುಗ್ಗಿಲ್ಲವೇ? ಎಲ್ಲವೂ ಸರಿಯಿದೆಯೇ?' ನಾನು ಕೇಳಿದೆ. ಅವರು ಜೋರಾಗಿ ನಗುತ್ತಿದ್ದರು.

ಮೈಖೆಲ್ ಮನೆಯಲ್ಲಿ ಔತಣಕೂಟ

ಮೈಖೆಲ್ ಒಂದು ದಿನ ತಮ್ಮ ಮನೆಗೆ ರಾತ್ರಿಯೂಟಕ್ಕೆ ಕರೆದರು. ನಾನು, ಕಿಕಿ ಮತ್ತು ಭಿಕ್ಕು ಗೇನ್ಸೋ ಮೂವರು ಕೂಡಿ ಹೊರಟೆವು. ಅವರ ಮನೆ ಅದೇ ಬಡಾವಣೆಯ ಒಂದು ಸುಂದರ ತಾಣದಲ್ಲಿತ್ತು. ಮನೆಯ ಮುಂದುಗಡೆ ರಸ್ತೆ ದಾಟಿದರೆ ಒಂದು ಪುಟ್ಟ ಸರೋವರ ಕಂಗೊಳಿಸುತ್ತಿತ್ತು. ಕಿಟಕಿಗಳನ್ನು ತೆರೆದು ಬಾಲ್ಕನಿಯಲ್ಲಿ ಕುಳಿತು ಆ ಆಹ್ಲಾದಮಯ ನೋಟವನ್ನು ಸ್ವಲ್ಪ ಹೊತ್ತು ಆಸ್ವಾದಿಸಿದೆವು. ಹೊರಡುವ ಮುನ್ನ ಕಿಕಿ ನನಗೆ ಕಿವಿಯಲ್ಲಿ ಒಂದು ಮಾತು ಹೇಳಿದ್ದರು. 'ಮೈಖೆಲ್ ಸಲಿಂಗಿ (ಗೇ), ನಿಮಗೆ ಮೊದಲೇ ತಿಳಿದಿರಲಿ ಎಂದು ಹೇಳುತ್ತಿದ್ದೇನೆ' ಎಂದರು.

ಅಮೆರಿಕಾದ ಪರಿಸರದಲ್ಲಿ ಅದು ಸಹಜವೆಂದು ಓದಿದ್ದೆ. ಆತ ಸುಮಾರು ಮೂವತ್ತರ ಕಟ್ಟುಮಸ್ತಾದ ಸುಂದರ ಯುವಕ. ಮನೆಗೆ ಬಂದರೆ ಅವನಿಗಿಂತಲೂ ಸ್ಫುರದ್ರೂಪಿಯಾದ ಯುವಕನೊಬ್ಬ ನಮ್ಮನ್ನು ಸ್ವಾಗತಿಸಿದ. ಇವರಿಬ್ಬರನ್ನು ನೋಡಿದರೆ ಸಹಜವಾಗಿರಬಹುದಾದ ಮಧ್ಯಮಲಿಂಗಿಗಳಂತೆ ಕಾಣುತ್ತಿರಲಿಲ್ಲ. ಅವರು ಸದೃಢ ಪುರುಷರಾಗಿದ್ದರು. ಸ್ವಾದದ ಅಡುಗೆಯನ್ನು ಇಬ್ಬರೂ ತಯಾರಿಸಿದ್ದರು. ಊಟಕ್ಕೂ ಮುನ್ನ ನನಗೆ ಪ್ರಾರ್ಥನೆ ಮಾಡಲು ಹೇಳಿದರು. ನಾನು ತ್ರಿಸರಣವನ್ನು ಪಠಿಸಿದೆ. ಭಿಕ್ಕು ಗೇನ್ಸೋ ದನಿಗೂಡಿಸಿದರು.

ಭವ್ಯ ನಗರಿಗೆ ವಿದಾಯ

ಲಾಸ್ ಏಂಜಲೀಸ್‌ನಿಂದ ವೆನೆಜುವೇಲಾಕ್ಕೆ ನನ್ನ ಪ್ರಯಾಣವನ್ನು ಮುಂದುವರೆಸಿದೆ. ಅಂದು ಕೆಲಸದ ದಿನ, ಎಲ್ಲರೂ ಬಿಜಿಯಾಗಿದ್ದರು. ನಾನು ಒಂದು ಕ್ಯಾಬ್ ಹಿಡಿದು ಪೋರ್ಟ್‌ಗೆ ಹೊರಟೆ. ಅಲ್ಲಿಂದ ವೆನೆಜುವೇಲಾದ ರಾಜಧಾನಿ ಕ್ಯಾರಕಾಸ್‌ಗೆ ವಿಮಾನ ಹತ್ತಿದೆ.

ಕದನದಿಂದ ಕಾವ್ಯಕ್ಕೆ

ಗ್ರೆನೆಡಾ ಅಂತಾರಾಷ್ಟ್ರೀಯ ಕಾವ್ಯಮೇಳ

ದಕ್ಷಿಣ ಮತ್ತು ಮಧ್ಯ ಅಮೆರಿಕಾದ ಕೆಲವು ಸಣ್ಣ ದೇಶಗಳು ವಸಾಹತುಶಾಹಿಯ ಕಪಿಮುಷ್ಟಿಯಲ್ಲಿ ತಮ್ಮ ನಾಗರಿಕತೆಗಳನ್ನು ರೂಪಿಸಿಕೊಂಡವು. ಸಣ್ಣ ದೇಶಗಳಾದ್ದರಿಂದಲೇ ಸ್ವತಂತ್ರವಾಗಿ, ಸದೃಢವಾಗಿ ನಿಲ್ಲಲು ಸಾಧ್ಯವಾಗದೆ, ಇನ್ನೂ ಬಳಲುತ್ತಿವೆ. ಒಬ್ಬ ಸಾಧಾರಣಾ ಶ್ರೀಮಂತನೆನೆಸಿಕೊಂಡವನು ಕೆಲವು ಬಂಡುಕೋರರನ್ನು ಬೆಳೆಸಿ, ಗುಂಪುಕಟ್ಟಿ ಸರ್ಕಾರವೆಂಬ ಆಡಳಿತ ಯಂತ್ರವನ್ನು ಸ್ಥಗಿತಗೊಳಿಸಬಲ್ಲ, ತನ್ನ ವಶಕ್ಕೆ ತೆಗೆದುಕೊಳ್ಳಬಲ್ಲ. ಆಂತರಿಕ ಯುದ್ಧವನ್ನು, ಭಯೋತ್ಪಾದನೆಯನ್ನು ಸೃಷ್ಟಿ ಮಾಡಬಲ್ಲ ಇಂಥ ನಾಯಕರನ್ನು ಮನ್ನಿಸಿ ಗೌರವಿಸಿಕೊಂಡು ಸಹಾಯಹಸ್ತ ನೀಡುತ್ತಿರುವ ಅಮೆರಿಕ ಸಂಯುಕ್ತ ಸಂಸ್ಥಾನವೆಂಬ ದೊಡ್ಡಣ್ಣನಿದ್ದಾನೆ. ಪ್ರಜಾಪ್ರಭುತ್ವಗಳು ತನ್ನ ನಿಲುವಿಗೆ ದಕ್ಕದಿದ್ದಾಗ ವಿರೋಧಿಸುವ, ಯುದ್ಧ ಹೂಡುವ, ಒಂದು ಜನವರ್ಗದ ಧರ್ಮವನ್ನೇ ಭಯೋತ್ಪಾದನೆಯೆಂದು ಬಿಂಬಿಸುವ, ಆ ದೇಶದ ನಾಯಕಮಣಿಗಳು ತಮ್ಮ ಮೂಗಿನ ಕೆಳಗೆ ಅರ್ಧ ಶತಮಾನದಷ್ಟು ಹಿಂದುಳಿದಿರುವ ಸಣ್ಣ ದೇಶಗಳತ್ತ ಗಮನ ಹರಿಸುವುದೇ ಇಲ್ಲ. ಅಲ್ಲಿನ ಪುರೋಭಿವೃದ್ಧಿಯ ಬಗ್ಗೆ ತಲೆ ಕೆಡಿಸಿಕೊಳ್ಳುವುದೇ ಇಲ್ಲ. ಆದರೂ ಈ ಸಣ್ಣ ದೇಶಗಳು ಜೀವಕಳೆಯಿಂದ ಪ್ರಜ್ವಲಿಸುತ್ತವೆ. ಅಲ್ಲಿನ ಜನಪದ ಜೀವಂತಿಕೆಯನ್ನು ಸಾರುತ್ತವೆ.

ದಕ್ಷಿಣದ ಚಿಲಿಯಿಂದ ಹಿಡಿದು ಹುಂಡುರಾಸ್‌ವರೆಗೆ, ಕೆರಿಬಿಯನ್‌ನ ಕ್ಯೂಬಾದಿಂದ ಹಿಡಿದು ಶ್ರೀಮಂತ ಕೋಸ್ಟರಿಕಾ ದ್ವೀಪದವರೆಗೆ ಪ್ರತಿವರ್ಷವೂ ಅಂತರರಾಷ್ಟ್ರೀಯ ಮಟ್ಟದ ಕಾವ್ಯಮೇಳಗಳು ನಡೆಯುತ್ತವೆ. ಅವುಗಳು ಕವಿ ಕಾವ್ಯಾಸಕ್ತರಿಗಷ್ಟೇ ಸೀಮಿತವಾಗಿರುವುದಿಲ್ಲ. ಜನಸಾಮಾನ್ಯರು ಆಚರಿಸುವ ಹಬ್ಬಗಳಾಗಿರುತ್ತವೆ. ಅದಕ್ಕೆ ಅವುಗಳನ್ನು Poetry Festival ಎಂದು ಕರೆಯುತ್ತಾರೆ.

ಯುರೋಪ್ ದೇಶಗಳಲ್ಲಿ ಸಾಹಿತ್ಯ ಸಮ್ಮೇಳನಗಳು ನಡೆಯುತ್ತವೆ. ಕಾವ್ಯಕ್ಕೆ ಸೀಮಿತವಾದ ಉತ್ಸವಗಳು ನಡೆಯುವುದು ಕಡಿಮೆ. ಆದರೆ ಈ ದೇಶಗಳಲ್ಲಿ ಕಾವ್ಯವೇ ಆದಿ ಮತ್ತು ಅಂತಿಮ ಎನ್ನುವ ಹಾಗೆ ಹಬ್ಬಗಳನ್ನು ಆಚರಿಸುತ್ತಾರೆ. ಮಧ್ಯ ಅಮೆರಿಕಾದ ನಿಕರಾಗುವಾ ದೇಶದಲ್ಲಿ ಅಂಥ ಒಂದು ಕಾವ್ಯದ ಹಬ್ಬ, ಫೆಬ್ರವರಿ 5ರಿಂದ ಫೆಬ್ರವರಿ 11, 2007ರವರೆಗೆ ನಡೆಯಿತು. ಅಲ್ಲಿ ಭಾಗವಹಿಸುವ ಅವಕಾಶ ನನಗೆ ಒದಗಿತ್ತು.

ನಿಕರಾಗುವಾ, ಮಧ್ಯ ಅಮೆರಿಕಾದ ಒಂದು ಸಣ್ಣ ದೇಶ. ಕೇವಲ 1,35,000 ಚ.ಕಿ.ಮೀ.ಗಳಷ್ಟು ಭೂಮಿ ಇದೆ. 6 ಮಿಲಿಯ ಜನಸಂಖ್ಯೆ ಇದೆ. ಅಂದರೆ ಭೂಭಾಗ ಕರ್ನಾಟಕದ ಮುಕ್ಕಾಲು ಭಾಗದಷ್ಟು ಮತ್ತು ಜನಸಂಖ್ಯೆ ಸರಿಸುಮಾರು ಬೆಂಗಳೂರು ನಗರದಷ್ಟು. ನಮ್ಮ ದೇಶದ/ರಾಜ್ಯದ ಜನಸಂಖ್ಯೆಯನ್ನು ಕೇಳಿ, ಅಲ್ಲಿನ ಜನ ಕಣ್ಣು ಬಾಯಿ ಬಿಡುತ್ತಾರೆ. ಅಷ್ಟೊಂದು ಜನ ನೂಕುನುಗ್ಗಲಿನಲ್ಲಿ ಜೀವಿಸುತ್ತಿದ್ದಾರೆಯೇನೋ ಎಂಬಂತೆ ಆಶ್ಚರ್ಯ ವ್ಯಕ್ತಪಡಿಸುತ್ತಾರೆ.

ನಿಕರಾಗುವಾ ಸರೋವರಗಳ ನಾಡು. ಇಡೀ ದೇಶದ ತುಂಬಾ ಸುಮಾರು 135 ಸುಂದರ ಸರೋವರಗಳು, ಲಗೂನುಗಳು ಹಾಸಿಕೊಂಡಿವೆ. 365 ಸಣ್ಣ ಸಣ್ಣ ದ್ವೀಪಗಳಿವೆ. ಇಷ್ಟೇ ಆಗಿದ್ದರೆ ಅದನ್ನು ಸ್ವರ್ಗಸೀಮೆ ಎಂದು ಕರೆಯಬಹುದಿತ್ತು. ಆದರೆ ಹಾಗಿಲ್ಲ. ಅದು ಭೂಕಂಪನವನ್ನು ಹಾಸಿಕೊಂಡಿದೆ. ಅಗ್ನಿಪರ್ವತಗಳನ್ನು (ವಾಲ್ಕನೋಸ್) ಹೊದ್ದುಕೊಂಡಿದೆ. ಪ್ರಕೃತಿಯನ್ನು ಆರಾಧಿಸುತ್ತಿದ್ದ ಅಲ್ಲಿನ ಮೂಲನಿವಾಸಿ ಇಂಡಿಯನ್ನರು ಈಗ ಕೆಥೋಲಿಕರು ಮತ್ತು ಅಪ್ಪಟ ದೈವಭಕ್ತರು. ಏಷಿಯಾವನ್ನು ಆಕ್ರಮಿಸಿಕೊಂಡ ಬ್ರಿಟಿಷರು ತಮ್ಮ ಭಾಷೆ ಮತ್ತು ಧರ್ಮಗಳನ್ನು ಅಲ್ಲಿ ಅರ್ಧಂಬರ್ಧ ಬೆಳೆಸಲು ಸಾಧ್ಯವಾಯಿತು. ಯಾಕೆಂದರೆ ಮೂಲಧರ್ಮ, ಭಾಷೆಗಳು, ಕ್ರೈಸ್ತ ಮತ್ತು ಇಂಗ್ಲಿಷ್‌ಗಿಂತಲೂ ಪ್ರಾಚೀನವಾಗಿದ್ದವು. ಮತ್ತು ತಮ್ಮದೇ ಆದ ನಾಗರಿಕತೆಗಳನ್ನು ರೂಪಿಸಿಕೊಳ್ಳುವುದರಲ್ಲಿ ಅವು ಯಶಸ್ವಿಯಾಗಿದ್ದವು. ಆದರೆ ಮಧ್ಯ ಮತ್ತು ದಕ್ಷಿಣ ಅಮೆರಿಕ ಹಾಗಿರಲಿಲ್ಲ. ಕಾರಣ, ಅಲ್ಲಿ ಪ್ರಚಲಿತವಿದ್ದುದು ಟ್ರೈಬಲ್ ಎನಿಸಿಕೊಳ್ಳುವ ಸಂಪ್ರದಾಯಾಚರಣೆ. ಭಾಷೆಯೂ ಅಷ್ಟೆ. ಅವುಗಳ ಬೆಳವಣಿಗೆಯ ಮುಂಚೆಯ ಸ್ಪ್ಯಾನಿಯಾರ್ಡ್‌ಗಳು ಬೀಸಿದ ಗಾಳಕ್ಕೆ ಸಿಕ್ಕಿ ನಾಲಿಗೆಯ ಮಟ್ಟದಲ್ಲಿ ಉಳಿದುಬಿಟ್ಟವು. ಭಾಷೆಯ ಬೆಳವಣಿಗೆ ಸಂಸ್ಕೃತಿಯನ್ನು, ಸಂಸ್ಕೃತಿ ಧಾರ್ಮಿಕ ಪರಂಪರೆಯನ್ನು ಅವಲಂಬಿಸಿರುವುದು ವಿಶ್ವದಾದ್ಯಂತ ಕಂಡುಬರುವ

ಸಂಗತಿ. ಈ ವಿಷಯದಲ್ಲಿ ಬ್ರೆಜಿಲ್ ತನ್ನ ಮೂಲ ನುಡಿಗಟ್ಟಾದ 'ಬ್ರೆಸಿಲಿಯಾ'ವನ್ನು ಉಳಿಸಿ, ಬೆಳೆಸಿದೆ. ಹಾಗಾಗಿ ಬ್ರೆಜಿಲ್ ಒಂದನ್ನು ಬಿಟ್ಟು ಉಳಿದ ಎಲ್ಲ ದೇಶಗಳ ಮಾತೃಭಾಷೆಯಾಗಿ ಸ್ಪ್ಯಾನಿಷ್ ಕಂಗೊಳಿಸುತ್ತದೆ. ಸ್ಥಳಿಯ ಭಾಷೆಗಳು ಇಲ್ಲವೆಂದಲ್ಲ. ಅವು ಕೇವಲ ಕೆಲವು ಕುಟುಂಬಗಳ, ವಾಸಸ್ಥಳಗಳ ಆಡುಬಾಷೆ (ಡೈಲೆಕ್ಟ್)ಯಾಗಿ ಉಳಿದುಕೊಂಡು ಬಂದಿವೆ. ಕುತೂಹಲಕ್ಕೆ ಅಲ್ಲಿನ ಮೂಲ ಇಂಡಿಯನ್ ಕವಿ ಮಿತ್ರನೊಬ್ಬನನ್ನು ಅವರ ಮಾತೃಭಾಷೆ ಯಾವುದೆಂದು ಕೇಳಿದೆ, ಅದು 'ಮಿಸ್ಕಿಟೊ' ಎಂಬುದಾಗಿತ್ತು. ಅದೊಂದು ಆಡುಭಾಷೆ. ಆ ಭಾಷೆಯಲ್ಲಿ 'ಕರ್ನಾಟಕ' ಎಂದರೆ ಸದೃಢ (Strong) ಎಂಬ ಅರ್ಥವಿದೆಯಂತೆ. ಇಂಥ ಅನೇಕ ಭಾಷೆಗಳನ್ನು ಅಲ್ಲಿನ ಮೂಲನಿವಾಸಿಗಳು ಬಳಸುತ್ತಿದ್ದಾರೆ.

ಜಗದ್ವಿಖ್ಯಾತ ಸಮುದ್ರ ಪಯಣಿಗ (Sailor) ಕೊಲಂಬಸ್, ಇಂಡಿಯಾ ದೇಶವನ್ನು ಹುಡುಕಲು ಹೊರಟು, ಅಮೆರಿಕಾ ಖಂಡವನ್ನು ತಲುಪಿದ್ದು, ದಾರಿ ಯುದ್ದಕ್ಕೂ ಕಂಡವರನ್ನೆಲ್ಲಾ ಇಂಡಿಯನ್ಸ್ ಎಂದು ಕರೆದದ್ದು ಎಲ್ಲರಿಗೂ ತಿಳಿದ ವಿಷಯವೆ. ಅದು 16ನೇ ಶತಮಾನದ ಆದಿಭಾಗದಲ್ಲಿ, ಅಂದರೆ 1524ರಲ್ಲಿ ಫ್ರ್ಯಾನಿಸ್ಕೊ ಎಚ್. ಕರ್ಹೊಟಾ ಎಂಬುವನು ಸ್ಪ್ಯಾನಿಷ್ ವಸಾಹತುವನ್ನು ಸ್ಥಾಪಿಸುತ್ತಾನೆ. 1838ರಲ್ಲಿ ಸ್ವಾತಂತ್ರ್ಯ ಗಳಿಸಿಕೊಳ್ಳುವವರೆಗೆ ಈ ದೇಶ ಅನೇಕ ಮಜಲುಗಳನ್ನು ಹಾದು ಬಂದಿದೆ. ಕೆಲಕಾಲ ಮೆಕ್ಸಿಕನ್‌ರ ರಾಜಾಧಿಪತ್ಯಕ್ಕೂ ಒಳಪಟ್ಟಿತ್ತು. ಆನಂತರ 20ನೇ ಶತಮಾನದ ಬಹುಪಾಲು ನಿಕರಾಗುವಾ ಸೊಮೋರ್ಝೋ ಕುಟುಂಬದ ಸರ್ವಾಧಿಕಾರಿ ಆಡಳಿತದಲ್ಲಿ ಅಂದರೆ, ಸುಮಾರು 45 ವರ್ಷಗಳು ನಲುಗಿದೆ. ಬಡತನ, ಅನಕ್ಷರತೆಯಿಂದ ನರಳುತ್ತಾ ಯಾವ ಬೆಳವಣಿಗೆಯನ್ನೂ ಕಾಣದಿದ್ದ ಈ ದೇಶ 1979ರಲ್ಲಿ ಸ್ವಯಂಪ್ರೇರಿತ ಜನಕ್ರಾಂತಿಗೆ ಎಡೆಮಾಡಿಕೊಟ್ಟಿದೆ. ಆ ಕ್ರಾಂತಿಯಲ್ಲಿ ಚರ್ಚುಗಳು, ಪಾದ್ರಿಗಳು ಭಾಗಿಯಾಗಿದ್ದರು ಎಂದ ಮೇಲೆ ಸೊಮೋರ್ಝೋ ಕುಟುಂಬದ ದುಢಾಡಳಿತ ಎಂಥದ್ದಾಗಿತ್ತೆಂಬುದು ಅರ್ಥವಾಗುತ್ತದೆ. ಅದನ್ನು ಕ್ರೈಸ್ತ ಕ್ರಾಂತಿ (Christian revolution) ಎಂತಲೂ ಕರೆದಿದ್ದಾರೆ.

ಈ ಸೊಮೋರ್ಝೋ ಎಂಬ ಸರ್ವಾಧಿಕಾರಿಯನ್ನು ಗದ್ದುಗೆಗೇರಿಸಿದ್ದೇ ಅಮೆರಿಕಾ ಎಂದರೆ ಆಶ್ಚರ್ಯವಾಗುತ್ತದೆ. ಸಣ್ಣಸಣ್ಣ ಸೇನಾ ತುಕಡಿಗಳು ದೇಶದ ತುಂಬೆಲ್ಲ ಹರಡಿ, ಅಲ್ಲಲ್ಲಿ ಆಡಳಿತ ನಡೆಸುತ್ತಾ, ಅರಾಜಕತೆಯನ್ನು ಹುಟ್ಟುಹಾಕಿದ್ದ ವ್ಯವಸ್ಥೆಯನ್ನು ಸಮಗೊಳಿಸುವುದಾಗಿ ಹೇಳಿ ಅಮೆರಿಕಾ, 1927ರಲ್ಲಿ ಮಾಡಿದ ಒಪ್ಪಂದವೇ ರಾಷ್ಟ್ರೀಯ ರಕ್ಷಣಾ ದಳದ ಮುಖ್ಯಸ್ಥನಾಗಿದ್ದ ಅನಾಸ್ಟೇಸಿಯೋ ಸೊಮೋರ್ಝೋನನ್ನು ಅಧ್ಯಕ್ಷನನ್ನಾಗಿಸಿತ್ತು. ಆ ಒಪ್ಪಂದಕ್ಕೆ ಸಹಿ ಹಾಕದೆ ವಿರೋಧಿಸಿದವನೇ ಅಗಷ್ಟೋ ಸೀಸರ್ ಸ್ಯಾಂಡಿನೋ. 1934ರಲ್ಲಿ ಸ್ಯಾಂಡಿನೊ ಹತ್ಯೆಯಾದ ಮೇಲೆ ದೇಶದಲ್ಲಿ ಪ್ರತಿಕ್ರಾಂತಿಯ ಬೀಜ ಮೊಳಕೆ ಹೊಡೆಯಿತು. ಸ್ಯಾಂಡಿನಿಷ್ಟ್ ನ್ಯಾಷನಲ್ ಲಿಬರೇಷನ್ ಫ್ರಂಟ್, ಪುರೋಗಾಮಿ ಚಿಂತಕರ

ಆಶ್ರಯದಲ್ಲಿ ಬೆಳೆಯಿತು. ಇವತ್ತು ರಾಷ್ಟ್ರದ ಅಧ್ಯಕ್ಷರಾಗಿರುವ ಡೇನಿಯಲ್ ಓರ್ಟೆಗೋ ಈ ಸಂಘಟನೆಯಿಂದಲೇ ಬೆಳೆದು ಬಂದವರು.

ಪ್ರಕೃತಿ ವೈರುಧ್ಯ

'ಅಗ್ವಾ' ಎಂದರೆ ಸ್ಪ್ಯಾನಿಷ್ ಭಾಷೆಯಲ್ಲಿ 'ನೀರು' ಎಂದರ್ಥ. ನಿಕಾರೂನ್ ಎನ್ನುವ ಮೂಲನಿವಾಸಿಗಳು ತಮ್ಮ ಧಾರ್ಮಿಕ ಮುಖಂಡರ ಆದೇಶದಂತೆ ದಕ್ಷಿಣಾಭಿಮುಖವಾಗಿ ನೀರು ಸಿಗುವವರೆಗೆ ಹೊರಟರಂತೆ. 'ಒಮೆತೆಪೆ' ಎನ್ನುವ ವಿಶಾಲ ಸರೋವರವನ್ನು ಕಂಡು ಅಲ್ಲೇ ನೆಲೆ ನಿಂತರು ಎಂದು ಇತಿಹಾಸ ಹೇಳುತ್ತದೆ. 'ಒಮೆತೆಪೆ' ವಿಶ್ವದ ಅತಿದೊಡ್ಡ 'ವಾಲ್ಕನೋ ದ್ವೀಪ' ಎಂದು ಹೆಸರಾಗಿದೆ. ಇದೇ ಈ ದೇಶದ ವೈಚಿತ್ರ್ಯ. ಈ ಪುಟ್ಟ ದೇಶದ ತುಂಬೆಲ್ಲಾ ಸುಂದರ ಸರೋವರಗಳು, ವಿಶಾಲ ಸರೋವರಗಳ ನಡುವೆ ಪುಟ್ಟ ಪುಟ್ಟ ದ್ವೀಪಗಳಿವೆ. ಆದರೆ ಅವುಗಳಡಿಯಲ್ಲಿ ಅಗ್ನಿ ಅವಿತು ಕುಳಿತಿದೆ. ಯಾವ ಸಮಯದಲ್ಲಿಯಾದರೂ ಸಿಡಿಯಬಹುದು ಎಂದು ಜನರೇ ಹೇಳುತ್ತಾರೆ. ಆದರೆ ಅವರ ಮುಖದಲ್ಲಿ ಭಯದ ಛಾಯೆ ಮಾತ್ರ ಕಾಣುವುದೇ ಇಲ್ಲ. ನೀರು ಮತ್ತು ಬೆಂಕಿ ಸುರತಕಾಲದ ಹಾವುಗಳಂತೆ ನುಲಿದು ನರ್ತಿಸುವ ವಿಚಿತ್ರ ಪ್ರಕೃತಿ ಬಹುಶಃ ಬೇರೆಲ್ಲೂ ಕಾಣಲಿಕ್ಕಿಲ್ಲವೇನೋ?

ಇಷ್ಟೇ ಅಲ್ಲ, ಅಲ್ಲಿ ಅಗ್ನಿಯ ಸಿಡಿತದೊಂದಿಗೆ ಭೂಮಿಯೂ ನಡುಗುತ್ತದೆ. ಇದು ಭೂಕಂಪಪೀಡಿತ ಪ್ರದೇಶವೂ ಹೌದು. 1972ರಲ್ಲಿ ಉಂಟಾದ ಭೂಕಂಪದಿಂದ ದೇಶ ಅಪಾರ ಹಾನಿಗೊಳಗಾಗಿದೆ. ರಾಜಧಾನಿ ಮನಾಗುವಾ ಸಂಪೂರ್ಣ ನೆಲಸಮವಾಗಿತ್ತೆಂದು ಹೇಳುತ್ತಾರೆ. ಇಡೀ ನಗರದಲ್ಲಿ 7 ಅಂತಸ್ತಿನ ಮಹಡಿಯೊಂದು ಭೂಕಂಪವನ್ನು ಸಹಿಸಿಕೊಂಡು ಇತಿಹಾಸಕ್ಕೆ ಮೂಕಸಾಕ್ಷಿಯಾಗಿ ನಿಂತಿದೆ. ಇಂದು ಆ ನಗರದಲ್ಲಿ ಮೇಲ್ಮಹಡಿಯ ಕಟ್ಟಡಗಳೇ ಕಾಣುವುದಿಲ್ಲ.

ರಾಜಧಾನಿ ಮನಾಗುವಾದಿಂದ ಅರ್ಧತಾಸಿನ ಹಾದಿಯಲ್ಲಿ ಮಸಾಯ ಎಂಬ ಅಗ್ನಿಪರ್ವತ ಇದೆ. ಅದರ ಸುತ್ತಲೂ ರಾಷ್ಟ್ರೀಯ ಉದ್ಯಾನವನ್ನು ನಿರ್ಮಿಸಲಾಗಿದೆ. ಅಲ್ಲಿಂದ ಜ್ವಾಲಾಮುಖಿಯ ಹತ್ತಿರ ಹೋಗಲು ಏರುಮುಖ ರಸ್ತೆ ಇದೆ. ಈ ರಾಷ್ಟ್ರೀಯ ಉದ್ಯಾನದಲ್ಲಿ 'ನಿಂದಿರಿ' ಎಂಬ ಮತ್ತೊಂದು ಸಣ್ಣ ಅಗ್ನಿಮುಖಿ ಇದೆ. ಈ ಅಗ್ನಿಮುಖಿಗಳು ಇನ್ನೂ ಜೀವಂತವಾಗಿವೆ, ಅಂದರೆ ಸದಾ ಹೊಗೆಯಾಡುವುದನ್ನು ಪ್ರವಾಸಿಗರು ನೋಡಬಹುದಾಗಿದೆ. ಇಂತಹ ಜ್ವಾಲಾಮುಖಿಗಳನ್ನು ಕ್ರೇಟರ್ ಎಂದು ಕರೆಯುತ್ತಾರೆ. ಮಸಾಯಿ ಅಗ್ನಿಪರ್ವತದಲ್ಲಿರುವ ಸ್ಯಾನಿಯೋ ಕ್ರೇಟರ್ ಬಹಳ ಪ್ರಸಿದ್ಧ ಹಾಗೂ ಜೀವಂತವಾದ ಜ್ವಾಲಾಮುಖಿಯಾಗಿದೆ.

ಕಾವ್ಯಮೇಳ ನಡೆಯುತ್ತಿದ್ದ ಸುಂದರ ನಗರ ಗ್ರೆನೇಡಾದಿಂದ ಕೇವಲ ಮೂರು ಕಿ.ಮೀ. ಅಂತರದಲ್ಲಿ 'ಮುಂಬಾಚು' ಎಂಬ ಅಗ್ನಿಪರ್ವತವಿದೆ. ಆದರೆ ಅದು ಜೀವಂತವಾಗಿಲ್ಲ. ಅಲ್ಲಿ ಗಮನ ಸೆಳೆಯುವುದು ನಿಕರಾಗುವಾ ಸರೋವರ. ಅದು ಸಮುದ್ರದಂತೆ ಆಕಾಶಕ್ಕೆ ತನ್ನ ಅಂಚನ್ನು ಎಳೆದುಕೊಂಡಿದೆ. ಇದು ಮಧ್ಯ

ಅಮೆರಿಕಾದ ಅತ್ಯಂತ ದೊಡ್ಡ ಸರೋವರ. ಲೇಕ್ ನಿಕರಾಗುವಾ ಎಂಬ ಹೆಸರಿನ ಈ ಸರೋವರ, ಸಿಹಿನೀರಿನ ಸರೋವರವೆಂದು ಪ್ರಸಿದ್ಧಿಯಾಗಿದೆ.

ಆಂತರಿಕ ಕಲಹ: ಗಾಯದ ಮೇಲಿನ ಬರೆ

ಸುದೀರ್ಘ ಅವಧಿಯ ಸರ್ವಾಧಿಕಾರವನ್ನು ವಿರೋಧಿಸಿ ಲಿಬರಲ್ ಸರ್ಕಾರದ ವಿರುದ್ಧ ಸ್ಯಾಂಡಿನಿಸ್ಟರ ಆಂತರಿಕ ಯುದ್ಧ ಒಂದು ಸತತ ಹೋರಾಟವಾಗಿ ಪರಿಣಮಿಸಿತು. 1979ರಲ್ಲಿ ಅದು ತನ್ನ ತುರೀಯಾವಸ್ಥೆಯನ್ನು ತಲುಪಿ, ಸ್ಯಾಂಡಿನಿಸ್ಟರು ಅಧಿಕಾರ ಹಿಡಿಯುವಲ್ಲಿ ಪರ್ಯಾವಸಾನವಾಯಿತು. ಅದರ ಅಧ್ಯಕ್ಷನಾಗಿ ಡೇನಿಯಲ್ ಓರ್ಟೆಗೊ ಅಧಿಕಾರ ವಹಿಸಿಕೊಂಡರೂ, ಬಂಡುಕೋರರ ಹಾವಳಿಯನ್ನು ತಡೆಯಲು ಸಾಧ್ಯವಾಗಲಿಲ್ಲ. ಮುಂದೆಯೂ ಆಡಳಿತಶಾಹಿಯ ವಿರುದ್ಧ ಸುಮಾರು 14 ಪಕ್ಷಗಳು ಸತತ ಹೋರಾಟ ನಡೆಸಿದ್ದವು. ಅದು ಗಾಯದ ಮೇಲಿನ ಬರೆ. ಆದಕಾರಣ, ಬಡತನ ದೇಶದ ಅನಿವಾರ್ಯ ಮಿತ್ರನಾಯಿತು. ಮೂಲಭೂತ ಸೌಕರ್ಯಗಳ ಕೊರತೆಯಿತ್ತು. ಆರ್ಥಿಕ ಪ್ರಗತಿ ಕುಂಠಿತವಾಯಿತು. ಇಂತಹ ಒಂದು ಸಣ್ಣ ದೇಶದಲ್ಲಿ ಅಷ್ಟೊಂದು ಸಣ್ಣ ಪಕ್ಷಗಳು ಉದ್ಭವವಾಗುವುದು ಅಲ್ಲಿನ ರಾಜಕೀಯ ಅಸ್ಥಿರತೆಯನ್ನು ಹೇಳುತ್ತದೆ. 90ರ ದಶಕದ ಆದಿಯಲ್ಲಿ ಅಧಿಕಾರ ಕಳೆದುಕೊಂಡ ಓರ್ಟೆಗಾ ಮತ್ತೆ 2006ರಲ್ಲಿ ಸ್ಯಾಂಡಿನಿಸ್ಟ್ ಪಕ್ಷವನ್ನು ಅಧಿಕಾರಕ್ಕೆ ತಂದು, ಅಧ್ಯಕ್ಷ ಸ್ಥಾನವನ್ನು ಅಲಂಕರಿಸಿದ್ದಾನೆ. ಸಮಾಜವಾದವನ್ನು ಎತ್ತಿಹಿಡಿಯುವ ಸ್ಯಾಂಡಿನಿಸ್ಟರು ಕೊನೆಗೂ ಜಯಶಾಲಿಗಳಾಗಿದ್ದಾರೆ. ಇದು ಅಮೆರಿಕಾದ ಸಂಯುಕ್ತ ಸಂಸ್ಥಾನದ ಆಶಯಕ್ಕೆ ವಿರುದ್ಧವಾಗಿ ಬಂದ ಫಲಿತಾಂಶವೆಂದು ಎಲ್ಲರಿಗೂ ತಿಳಿದಿದೆ. ವೆನೆಜುವೇಲಾ ದೇಶದಲ್ಲಿ ಚಾವೇಜ್, ಅಧ್ಯಕ್ಷನಾಗಿ ಆರಿಸಿ ಬರುತ್ತಿದ್ದಂತೆ, ಮಧ್ಯ ಮತ್ತು ದಕ್ಷಿಣ ಅಮೆರಿಕಾ ದೇಶಗಳಲ್ಲಿ ಸಮಾಜವಾದಿ ಗಾಳಿ ಬೀಸತೊಡಗಿದೆ. ಈ ಸಣ್ಣ ಸಣ್ಣ ದೇಶಗಳನ್ನು ತನ್ನ ಅನುಯಾಯಿಗಳಂತೆ, ಬಾಲಬುಡುಕರಂತೆ ನಡೆಸಿಕೊಳ್ಳುತ್ತಿದ್ದ ಹಿರಿಯಣ್ಣ ಅಮೆರಿಕಾಗೆ ಈಗ ಮುಖಭಂಗವಾದಂತಿದೆ.

ಕಾವ್ಯವೆಂಬ ಸೂಜಿಗಲ್ಲು

ನಿಕರಾಗುವಾ ದೇಶದ ಜನಸಂಖ್ಯೆ 6 ಮಿಲಿಯನ್‌ನಷ್ಟಿದೆ ಎಂದು ಮೇಲೆ ಹೇಳಿದ್ದೆ. ಈ ಜನರಿಗೆ ಕಾವ್ಯವೆಂದರೆ, ಜನರ ನೋವಿಗೆ ಮಿಡಿವ ಪ್ರಾಣಮಿತ್ರ. ಕಾವ್ಯ, ಸೂಜಿಗಲ್ಲಿನಂತೆ ಇವರನ್ನು ಸೆಳೆಯುತ್ತದೆ. ಕಾವ್ಯಮೇಳಗಳಿಗೆ ಜನರು ತಂಡೋಪತಂಡವಾಗಿ ಬಂದು ಕಾವ್ಯವನ್ನು ಆಸ್ವಾದಿಸುತ್ತಾರೆ. ಕವಿಗಳಿಗೆ ಸ್ಫೂರ್ತಿ ತುಂಬುತ್ತಾರೆ. ಅಲ್ಲಿನ ಜನ ಕವಿಗಳನ್ನು ತಾರೆಯರೆಂಬಂತೆ ಮುತ್ತಿಕೊಳ್ಳುತ್ತಾರೆ. ಹಸ್ತಾಕ್ಷರ ಬೇಡುತ್ತಾರೆ. ನನಗೆ ಸ್ಪ್ಯಾನಿಷ್ ಭಾಷೆ ಅರ್ಥವಾಗದಿದ್ದರೂ, ಆ ಜನರ ಮುಖಭಾವಗಳನ್ನು, ಉದ್ಗಾರಗಳನ್ನು ನೋಡಿ ಕವಿತೆಯ ಸತ್ವವನ್ನು ಗ್ರಹಿಸುತ್ತಿದ್ದೆ. ಕವಿಯನ್ನು ಗಂಭೀರವಾಗಿ ಗಮನಿಸುತ್ತಿದ್ದೆ. ಸ್ಪ್ಯಾನಿಷ್ ಮಾತೃಭಾಷೆಯಲ್ಲದ ಕವಿಗಳಲ್ಲಿ ಕೆಲವರು ಇಂಗ್ಲಿಷಿನಲ್ಲಿ ವಾಚಿಸುತ್ತಿದ್ದರು. ಆದ್ದರಿಂದ ಒಟ್ಟಾರೆ ವಿಶ್ವಕಾವ್ಯದ

ಗುಣಮಟ್ಟವನ್ನು ಗ್ರಹಿಸಲು ಸಾಧ್ಯವಾಗುತಿತ್ತು. ಕಾವ್ಯಗೋಷ್ಠಿಗಳು ಬೇರೆ ಬೇರೆ ನಗರಗಳಲ್ಲಿಯೂ ನಡೆಯುತ್ತಿದ್ದವು. ಹಾಗಾಗಿ ಒಂದು ವಾರ ಕಾಲ ಇಡೀ ದೇಶ ಕಾವ್ಯಕ್ಕೆ ಸ್ಪಂದಿಸಿ ಸಂಭ್ರಮಿಸುತ್ತಿತ್ತು. ಹೋದಲ್ಲೆಲ್ಲಾ 'ವೀವಾಲಾ ಪೊಯೆಸಿಯಾ' ಅಂದರೆ 'ಕಾವ್ಯ ದೀರ್ಘಕಾಲ ಬಾಳಲಿ' ಎಂಬ ಉದ್ಘೋಷಗಳುಳ್ಳ ಬ್ಯಾನರುಗಳು ಕವಿಗಳನ್ನು ಆಹ್ವಾನಿಸುತ್ತಿದ್ದವು. ಜನಪದ ನೃತ್ಯ ಮತ್ತು ವಾದ್ಯಮೇಳ, ಕಾವ್ಯಕ್ಕೆ ಹಿಮ್ಮೇಳದಂತೆ ಕಳೆಕಟ್ಟಿದ್ದವು ಎಂಬುದನ್ನು ಬೇರೆ ಹೇಳಬೇಕಾಗಿಲ್ಲ.

ಭಾರತದಂಥ ದೊಡ್ಡ ದೇಶಗಳಲ್ಲಿ ಕಾವ್ಯ ವಾಚನಕ್ಕೆ ಬರುವ ಜನರು ಬೆರಳಣಿಕೆಯಷ್ಟು. ಅದೊಂದು ಉನ್ನತಮಟ್ಟದ ಬೌದ್ಧಿಕ ಸಾಹಚರ್ಯವೆಂದೇ ಇಲ್ಲಿನ ಜನರು ಭಾವಿಸುತ್ತಾರೆ. ಆದರೆ ಲ್ಯಾಟಿನ್ ಅಮೆರಿಕಾದಲ್ಲಿ ಹಾಗಲ್ಲ. ಎಲ್ಲ ಜನರು ಕಾವ್ಯಕ್ಕೆ ತಲೆ ತೂಗುವಂತೆ ಕಾಣಿಸುತ್ತದೆ. ಅಲ್ಲಿ ಕಾವ್ಯಮೇಳಗಳು ನಾಲ್ಕು ಗೋಡೆಯ ಮಧ್ಯದಲ್ಲಷ್ಟೇ ನಡೆಯುವುದಿಲ್ಲ. ಬಯಲು ಮಂಟಪಗಳಲ್ಲಿ ನಡೆಯುತ್ತವೆ. ಮಾರುಕಟ್ಟೆಯ ವೃತ್ತಗಳಲ್ಲಿಯೂ ನಡೆಯುತ್ತವೆ. ಅದೊಂದು ರೋಮಾಂಚನಕಾರಿ ಅನುಭವ. ಪ್ರಾಯಶಃ ಕಾವ್ಯಹಬ್ಬ ಎಂದು ಇದನ್ನು ಕರೆದಿರುವುದು ಈ ಕಾರಣಕ್ಕಾಗಿಯೇ ಇರಬೇಕು. ಹವಾನಿಯಂತ್ರಿತ ಕೊಠಡಿಯಲ್ಲಿ ಹತ್ತಾರು ಜನ ಕಾವ್ಯಾಸಕ್ತರಿಗೆ ಕಾವ್ಯ ವಾಚನ ಲಭಿಸಿದರೆ, ಅದು

ನಿಕರಾಗುವಾ ದೇಶದ ಗ್ರೆನೇಡಾದಲ್ಲಿ ನಡೆದ ಅಂತಾರಾಷ್ಟ್ರೀಯ ಕಾವ್ಯೋತ್ಸವದಲ್ಲಿ ಆ ದೇಶದ ಉಪಾಧ್ಯಕ್ಷರೊಂದಿಗೆ.

ಹಬ್ಬವೆನಿಸಿಕೊಳ್ಳುವುದಿಲ್ಲ. ಒಂದು ಗಂಭೀರ ಗೋಷ್ಠಿಯಾಗಬಹುದು ಅಷ್ಟೇ. ಅದು ಕಡಲಂಚಿನ ಮೀನಿನ ಮಾರುಕಟ್ಟೆಗೆ, ಊರ ಮಧ್ಯ ಇರುವ ತರಕಾರಿ ಸಂತೆಗೆ ತಲುಪಿದಾಗಲೇ ಹಬ್ಬವೆನಿಸಿಕೊಳ್ಳುತ್ತದೆ. ಅಂಥ ವಿಶಿಷ್ಟ ಹಬ್ಬವನ್ನು ನಿಕರಾಗುವಾ ದೇಶ ಅರ್ಥಪೂರ್ಣವಾಗಿ ಆಚರಿಸುತ್ತದೆ. ಸುಮಾರು 47 ದೇಶಗಳಿಂದ ಬಂದಿದ್ದ 113 ಜನ ಕವಿಗಳು ಈ ಕಾವ್ಯಮೇಳಗಳಲ್ಲಿ ಭಾಗವಹಿಸಿ ಪುಳಕಿತರಾಗಿದ್ದಾರೆ. ತಮ್ಮ ದೇಶದಲ್ಲಿ ಕಾಣದ ಈ ಸಂಭ್ರಮವನ್ನು ತಲೆಗೆ ತುಂಬಿಕೊಂಡು ಹೊತ್ತೊಯ್ದಿದ್ದಾರೆ.

'ಅಸಹನೆ'ಗೆ ಅಂತ್ಯಕ್ರಿಯೆ

ಇಂಥದ್ದೊಂದು ಅಂತ್ಯಕ್ರಿಯೆಗೆ ನಾನು ಸಾಕ್ಷಿಯಾಗುತ್ತೇನೆಂಬ ಊಹೆಯೂ ಇರಲಿಲ್ಲ. ಕಳೆದ ಫೆಬ್ರುವರಿ 2ನೇ ವಾರದಲ್ಲಿ ನಡೆದ ಗ್ರೆನೇಡಾ ಅಂತಾರಾಷ್ಟ್ರೀಯ ಕಾವ್ಯಮೇಳದಲ್ಲಿ ಭಾಗವಹಿಸಬೇಕೆಂದು ಆಹ್ವಾನ ಬಂದಾಗ, ನನ್ನೆದುರಿಗಿದ್ದ ಜಪಾನಿನ ಬೌದ್ಧ ಸನ್ಯಾಸಿ ಒಬ್ಬರನ್ನು ಕೇಳಿದೆ; ನಿಕರಾಗುವಾ ದೇಶ ಹೇಗಿದೆ? ಎಂದು. 'ಅಲ್ಲಿಗೆ ಮಾತ್ರ ಹೋಗಬೇಡಿ. ಅದು ಅತ್ಯಂತ ಹಿಂದುಳಿದ ದೇಶ, ದಂಗೆಕೋರರು, ಚೋರರು ತುಂಬಿರುವ ದೇಶ, ನೀವು ಹೋದರೆ, ನಿಮ್ಮನ್ನು ಬರಿದು ಮಾಡಿ ಕಳಿಸುತ್ತಾರೆ' ಎಂದವರು ಹೇಳಿದರು. ನನ್ನ ಉತ್ಸಾಹ ಕುಗ್ಗಿತು. 'ಅಂತಹ ದೇಶವೊಂದನ್ನು ಸುತ್ತಿ ಬರುವುದು ಒಂದು ರೋಚಕ ಅನುಭವವಾಗಬಹುದು, ಪ್ರಯತ್ನ ಮಾಡುತ್ತೇನೆ' ಎಂದಷ್ಟೆ ಹೇಳಿದೆ. ನಿಕರಾಗುವಾ ಮಧ್ಯ ಅಮೆರಿಕಾದಲ್ಲಿದೆ. ಸ್ಪ್ಯಾನಿಷ್, ಅದರ ಅಧಿಕೃತ ಭಾಷೆ. ಆ ಭಾಷೆಯಲ್ಲಿ ನನ್ನ ಆಯ್ದ ಕವಿತಾ ಸಂಕಲನ 'ಪೊಯೆಮಾಸ್: ಮೂಡ್ನಾಕೂಡು ಚಿನ್ನಸ್ವಾಮಿ' ಎಂಬ ತಲೆಬರಹದಲ್ಲಿ ವೆನೆಜುವೇಲಾದಿಂದ ವಿಶ್ವ ಕಾವ್ಯಮಾಲೆ (World Poetry Series) ಯಡಿ ಪ್ರಕಟವಾದ ಮೇಲೆ ಲ್ಯಾಟಿನ್ ಅಮೆರಿಕಾದಲ್ಲಿ ನನ್ನ ಕವಿತೆಗಳಿಗೆ ಆಸಕ್ತಿ ತೋರಿಸುತ್ತಿದ್ದಾರೆ ಎಂದು ಅನುವಾದಕಿ ಪ್ರೊ. ರೊವೀನಾ ಹಿಲ್ ಹೇಳಿದಾಗ ಸುಮ್ಮನೆ ತಲೆಯಾಡಿಸಿದ್ದೆ. ಆಹ್ವಾನ ಬಂದಾಗ ಸ್ವಲ್ಪ ಕುತೂಹಲ ಕೆರಳಿತ್ತು.

ಪಾಶ್ಚಾತ್ಯರಿಗೆ ಭಾರತದ ಬಗ್ಗೆ ಪೂರ್ವಾಗ್ರಹಗಳಿರುವಂತೆಯೇ, ನಮ್ಮಲ್ಲೂ ಅವರ ಬಗ್ಗೆ ಅನೇಕಾನೇಕ ಪೂರ್ವಾಗ್ರಹಗಳು ಮನೆ ಮಾಡಿವೆ. ಅವರು ಸಾರ್ವಜನಿಕವಾಗಿ

ಆಪ್ತರನ್ನು ಆಲಂಗಿಸಿಕೊಳ್ಳುವುದರಿಂದ, ಮುದ್ದಿಡುವುದರಿಂದ, ಮೊದಲಿಗೆ ಅವರನ್ನು ನಡತೆಗೆಟ್ಟವರು ಎಂದು ತಿಳಿದುಕೊಂಡಿರುತ್ತೇವೆ. ಮುಂದೆ ಅಂಥವರಿಂದ ತುಂಬಿದ ಸಮಾಜ, ಇನ್ನಿತರ ವ್ಯವಸ್ಥೆಗಳು ಇನ್ನೆಷ್ಟು ಹದಗೆಟ್ಟಿರಬಹುದು ಎಂಬುದನ್ನು ಊಹಿಸಿಕೊಳ್ಳುತ್ತೇವೆ. ಆದರೆ, ಅಲ್ಲಿಗೆ ಹೋಗಿ ಬಂದ ಮೇಲೆ ನಮ್ಮವರು, ನಮ್ಮ ದೇಶದ ಮೇಲೆ ಸ್ವಲ್ಪ ಮುನಿಸಿಕೊಳ್ಳುವುದೇ ಹೆಚ್ಚು. ಅಲ್ಲಿನ ಜನರ ನಡವಳಿಕೆ, ಶಿಸ್ತು, ಹಸನ್ಮುಖ ಭಾವ ಮತ್ತು ಊರುಕೇರಿಗಳ ಒಪ್ಪಓರಣ ಇತ್ಯಾದಿಯನ್ನು ಗಮನಿಸಿದರೆ, ನಮಗೆ ಖಂಡಿತ ಹೊಟ್ಟೆಕಿಚ್ಚು ಉಂಟಾಗುತ್ತದೆ. ನಮ್ಮ ದೇಶದಲ್ಲಿ ಇವೆಲ್ಲ ಯಾವಾಗ ಎಂಬ ಅಸಹನೆ ಸಹಜವಾಗಿ ಮೂಡುತ್ತದೆ.

ನಾನು ಇಳಿದುಕೊಂಡಿದ್ದ ಹೋಟೆಲಿನ ಪರಿಚಾರಿಕೆಯೊಬ್ಬಳು ಕೇಳಿದಳು. 'ಇಂಡಿಯಾದಲ್ಲಿ ಹೆಂಗಸರು ಸೀರೆ ಉಡುತ್ತಾರಲ್ಲ, ಹೇಗೆ ನಡೆಯುತ್ತಾರೆ?' ಎಂದು. 'ಅವರು ಸೀರೆ ಉಟ್ಟು ನಿನಗಿಂತ ಚೆನ್ನಾಗಿ ಓಡಬಲ್ಲರು' ಎಂದೆ. ಅಲ್ಲಿನ ಕವಿಮಿತ್ರನೊಬ್ಬ ಕೇಳಿದ. 'ನಿಮ್ಮಲ್ಲಿ ಜಾತಿವ್ಯವಸ್ಥೆ ಇದೆಯಲ್ಲ, ಪ್ರಜಾಪ್ರಭುತ್ವ ಹೇಗೆ ಕೆಲಸ ಮಾಡುತ್ತದೆ?' ನಾನು ಹೇಳಿದೆ; 'ಜಾತಿ ವ್ಯವಸ್ಥೆಯಿಂದಲೇ ಅಲ್ಲಿ ಪ್ರಜಾಪ್ರಭುತ್ವ ಉಳಿದಂತೆ ಕಾಣಿಸುತ್ತಿದೆ. ಜಾತಿ ವ್ಯವಸ್ಥೆಯಲ್ಲಿ ವಂಶಪಾರಂಪರ್ಯ ಕೆಳವರ್ಗದ ಅವಿದ್ಯಾವಂತ ಮನಸ್ಸುಗಳು ಯಥಾಸ್ಥಿತಿಯನ್ನು ಒಪ್ಪಿಕೊಂಡು ಜೀವಿಸುವುದನ್ನು ಕಲಿಯುತ್ತವೆ. ಪ್ರತಿರೋಧಿಸುವುದನ್ನು ದೈವವಿರೋಧಿ ಎಂದು ನಂಬಿರುತ್ತವೆ. ಹೀಗಾಗಿ ಬಹುಸಂಖ್ಯಾತರು ಬೌದ್ಧಿಕವಾಗಿ ಕುಬ್ಜರಾಗಿರುವುದರಿಂದ ಯಥಾಸ್ಥಿತಿವಾದಕ್ಕೆ ಪುಷ್ಟಿ ದೊರಕುತ್ತದೆ. ಅವರೆಲ್ಲರೂ ವಿದ್ಯಾವಂತರಾಗುವವರೆಗೆ, ಸಮಾನತೆ, ಸಮಪಾಲನ್ನು ಕೇಳುವವರೆಗೆ ಅಲ್ಲಿ ಪ್ರಜಾಪ್ರಭುತ್ವ ನಿರಾತಂಕವಾಗಿ ನಡೆಯುವಂತೆ ತೋರುತ್ತದೆ. ಇಲ್ಲದಿದ್ದರೆ ನಿಮ್ಮಲ್ಲಿರುವಂತೆಯೇ ಗೆರಿಲ್ಲಾ ಯುದ್ಧಗಳಾಗುತ್ತಿದ್ದವು, ಜನರು ದಂಗೆ ಏಳುತ್ತಿದ್ದರು' ಎಂದೆ. ಇವು ಪರಸ್ಪರ ಪೂರ್ವಾಗ್ರಹಗಳ ಕೆಲವು ಸ್ಯಾಂಪಲ್ಲುಗಳು.

ಅಂಕಿಅಂಶಗಳ ಪ್ರಕಾರ ಜಗತ್ತಿನ ಅತ್ಯಂತ ಬಡದೇಶ 'ಹೈಟಿ', ಅದೂ ಸಹ ಮಧ್ಯ ಅಮೆರಿಕಾದಲ್ಲಿದೆ. ಅದರ ನಂತರ ಎರಡನೇ ಸ್ಥಾನದಲ್ಲಿ 'ನಿಕರಾಗುವಾ' ದೇಶವಿದೆ. ಅದರ ಹಿಂದುಳಿದಿರುವಿಕೆಗೆ ನೈಸರ್ಗಿಕ ಕಾರಣಗಳಿವೆ. ಅದು ಅಗ್ನಿಪರ್ವತಗಳ ಮತ್ತು ಭೂಕಂಪಗಳ ನಾಡು. ಅವುಗಳು ಉಂಟು ಮಾಡುವ ಅನಿಶ್ಚತತೆ, ಭಯ ಅವರ ಮನಸ್ಸಿನಲ್ಲಿ ಶಾಶ್ವತವಾಗಿ ಮನೆಮಾಡಿರುತ್ತವೆ. ಅವುಗಳನ್ನು ಮರೆಸಲೋ

ಎಂಬಂತೆ ಕನ್ನಡಿಯಂತೆ ಕಂಗೊಳಿಸುವ ಸರೋವರಗಳು, ಅವುಗಳಿಗೆ ಕಳಸವಿಟ್ಟಂತೆ ದ್ವೀಪಗಳು ದೇಶದುದ್ದಗಲಕ್ಕೂ ಹರಡಿಕೊಂಡಿವೆ. ಅವರ ಜೀವನ ಪ್ರೀತಿಯನ್ನು ನೋಡಿದರೆ 'ಎಂಥಾ ಆಶಾವಾದಿಗಳಿವರು!?' ಎನಿಸುತ್ತದೆ. 1972ರಲ್ಲಿ ದೇಶದ ರಾಜಧಾನಿಯಾದ ಮನಾಗುವಾ ನಗರ ಭೂಕಂಪದಿಂದ ಸಂಪೂರ್ಣ ನಾಶವಾಗಿತ್ತು. ಈಗ ಅಗತ್ಯಕ್ಕೆ ತಕ್ಕಷ್ಟು ಬೆಳೆದಿದೆ. ಅಲ್ಲಲ್ಲಿ ಜೀವಂತ ಜ್ವಾಲಾಮುಖಿಗಳ ಬಾಯಿಂದ ಹೊಗೆ ಯಾಡುವುದು ಕಾಣುತ್ತದೆ. ಅವುಗಳನ್ನು ನರಕದ ಬಾಯಿ (Mouth of Hell) ಎಂದು ಕರೆಯುತ್ತಾರೆ. ಯಾವ ಗಳಿಗೆಯಲ್ಲಾದರೂ ಅವಘಡ ಸಂಭವಿಸಬಹುದು. ಇಷ್ಟಿದ್ದರೂ ಜನ ಹಸನ್ಮುಖಿಗಳು. ಕಾವ್ಯ, ಸಂಗೀತ ಮತ್ತು ನೃತ್ಯ ಅಲ್ಲಿಯ ಜನರ ನಿತ್ಯಜೀವನದ ಒಡನಾಡಿಗಳು.

ಮಾತಿನ ಮಧ್ಯೆ ಕವಿಯೊಬ್ಬ 'Poetry is the song of our species' ಎಂದು ಹೇಳಿದ. 'ಕಾವ್ಯ ಮನುಕುಲದ ಹಾಡು' ನಿಜ; ಮನುಷ್ಯಲೋಕದಲ್ಲಿ ಮಾತ್ರ ಉಪಮೆಗಳು, ರೂಪಕಗಳ ಸೃಷ್ಟಿಯಾಗಿ ಹಾಡಾಗುತ್ತವೆ. ನಮ್ಮ ಗ್ರಹಿಕೆಗಳ ಬೇರೊಂದು ಮೇಲ್‌ಸ್ತರದ ಸಂವಹನ ಯಾನವೇ ಕಾವ್ಯ. ರೈಲಿನಿಂದ ಇಳಿದು, ವಿಮಾನವನ್ನು ಹತ್ತಿದ ಹಾಗೆ. ಕಾವ್ಯಕ್ಕೆ ಅದೆಂಥದೋ ಶಕ್ತಿ ಇದೆ ಎಂಬ ಅರಿವು ಆ ಜನಕ್ಕಿದೆ. ಯಾಕೆಂದರೆ ಲ್ಯಾಟಿನ್ ಅಮೆರಿಕಾದ ಪುಟ್ಟ ಪುಟ್ಟ ದೇಶಗಳು ಈಗ ಪ್ರತಿವರ್ಷ ಕಾವ್ಯಮೇಳಗಳನ್ನು ನಡೆಸುತ್ತವೆ. ಗ್ರೆನೇಡಾ ಕಾವ್ಯಮೇಳದ ಈ ವರ್ಷದ ಮುಖ್ಯ ಅಜೆಂಡಾ 'Funeral of Intolerence' ಎಂಬುದಾಗಿತ್ತು. ಇಡೀ ಜಗತ್ತು ಒಂದಲ್ಲ ಒಂದು ಕಾರಣಕ್ಕೆ, ತಮ್ಮ ತಮ್ಮೊಳಗೆ, ನೆರೆಹೊರೆಯವರೊಡನೆ ಅಸಹನೆಯಿಂದ ಕುದಿಯುತ್ತಿರುವಾಗ, ನಿಕರಾಗುವಾದಂತಹ ಬಡದೇಶ ನೀಡಿದ ಸಂದೇಶ ಅಮೋಘವಾದದ್ದು. ಕಳೆದ ವರ್ಷ ಕಾವ್ಯಮೇಳದ ಮುಖ್ಯ ಅಜೆಂಡಾ 'Funeral of Ignorence' 'ಅಸಹನೆಯ ಅಂತ್ಯಕ್ರಿಯೆ' ಎಂಬುದಾಗಿತ್ತು. ನಿಕರಾಗುವಾ ತನ್ನ ತವಕ, ತಲ್ಲಣಗಳನ್ನು ಕಾವ್ಯದ ಪರಿಭಾಷೆಯಲ್ಲಿ ಹೇಳುವುದಲ್ಲದೆ ಆಚರಣೆಗೂ ತಂದು ಜಗತ್ತನ್ನು ಬೆರಗುಗೊಳಿಸುತ್ತಿದೆ.

ಕಾವ್ಯಮೇಳದ ಮೂರನೇ ದಿನ ಗ್ರೆನೇಡಾ ನಗರ ಶೋಕಾಚರಣೆಯ ಚಿಹ್ನೆಗಳನ್ನು ಹೊತ್ತುಕೊಂಡಿತ್ತು. ನಗರದ ಮಧ್ಯೆ ಚರ್ಚ್ ಒಂದರ ಬಳಿ ಜಾನಪದ ಮೇಳ ಜಮಾಯಿಸಿತು. ಕಲಾವಿದರು ವಿವಿಧ ವೇಷಭೂಷಣಗಳಲ್ಲಿ ತಂಡ ತಂಡಗಳಲ್ಲಿ ಬಂದಿಳಿದರು. ವಾದ್ಯಸಂಗೀತದ ಬಾಜಾಬಜಂತ್ರಿ ಮೊಳಗಲು ಶುರುವಿಟ್ಟಿತು. ಕವಿಗಳೆಲ್ಲರಿಗೂ ಅಂದಿನ ಮುಖ್ಯ ಕಾರ್ಯಕ್ರಮ ಮೆರವಣಿಗೆಯಲ್ಲಿ ಸಾಗುವುದು ಮತ್ತು ಸರದಿ ಬಂದಾಗ ಕಾವ್ಯವಾಚನ ಮಾಡುವುದಾಗಿತ್ತು.

ಮೆರವಣಿಗೆಗೆ ಸಜ್ಜಾಗಿದ್ದ ಸಾಲಿನ ನಡುವೆ ಶವಯಾತ್ರೆಯ ತೆರೆದ ವಾಹನವೊಂದು ಬಂದು ಸೇರಿಕೊಂಡಿತು. ಒಳಗೆ ನೋಡಿದರೆ ಎರಡು ಶವಪೆಟ್ಟಿಗೆಗಳು ಅಲಂಕರಿಸಲ್ಪಟ್ಟಿದ್ದವು. ಪೆಟ್ಟಿಗೆಯ ಮೇಲೆ 'ಅಸಹನೆ' (Intolerance) ಎಂದು

ಬರೆದಿತ್ತು. ಅವು ಖಾಲಿ ಶವಪೆಟ್ಟಿಗೆಗಳಾಗಿರಲಿಲ್ಲ. ಒಳಗಡೆ ಸಾಂಕೇತಿಕವಾಗಿ ವ್ಯಕ್ತಿಗಳಿಬ್ಬರನ್ನು ಕಾಲು ಕಟ್ಟಿ ಮಲಗಿಸಲಾಗಿತ್ತು. ಶವ ಸಾಗಿಸುವ ವಾಹನದ ಮುಂಭಾಗದಲ್ಲಿ ಒಂದು ಸಣ್ಣ ಪೋಡಿಯಂ ಅನ್ನು ಅಳವಡಿಸಲಾಗಿತ್ತು. ಅಲ್ಲಿ ಕವಿಯೊಬ್ಬ ನಿಂತು ಕವಿತೆ ಓದುವಷ್ಟು ಅನುಕೂಲ ಮಾಡಲಾಗಿತ್ತು. ಸಾಗಿತು ಶವಯಾತ್ರೆ ಕಾವ್ಯದ ಜತೆಗೆ. ಬಹುತೇಕ ಕವಿಗಳು ಪಠಿಸಿದ್ದು ಶಾಂತಿಯ ಮಂತ್ರ. ಪ್ರೀತಿಯ ಯಾಚನೆ. ಬೇಡ ನಮಗೆ ಅಸಹನೆ ಎಂದು.

ಎಂಥ ಅದ್ಭುತ ಸಂದೇಶ ಅದು. ಒಂದು ದೇಶ ಇನ್ನೊಂದು ದೇಶವನ್ನು, ಒಂದು ರಾಜ್ಯ ಇನ್ನೊಂದು ರಾಜ್ಯವನ್ನು, ಒಂದು ಧರ್ಮ ಇನ್ನೊಂದು ಧರ್ಮವನ್ನು, ಒಂದು ಜಾತಿ ಇನ್ನೊಂದು ಜಾತಿಯನ್ನು ಸಹಿಸಲಾರದ ಇವತ್ತಿನ ದಿನದಲ್ಲಿ ಈ ಸಂದೇಶ ಅರ್ಥಪೂರ್ಣವೆನಿಸುವುದಿಲ್ಲವೆ? ಇತ್ತೀಚೆಗಂತೂ ಅಸಹನೆ ಯಾವ ಮಟ್ಟ ತಲುಪಿದೆಯೆಂದರೆ, ನೆನೆಸಿಕೊಳ್ಳಲೂ ಭಯವಾಗುತ್ತದೆ. ಒಬ್ಬ ಕಲಾವಿದ ಹೇಗೆ ಚಿತ್ರ ಬಿಡಿಸಬೇಕು. ಕಥೆಗಾರ ತನ್ನ ಕಥೆಯನ್ನು ಹೇಗೆ ಹೇಳಬೇಕು, ಎಂಬೆಲ್ಲಾ ತಾಕೀತುಗಳು ಮೂಲಭೂತವಾದಿಗಳಿಂದ ಬರುತ್ತಿವೆ. ಕವಿ, ಕಲಾವಿದರ ಮನಸ್ಸಿನಲ್ಲಿ ಮೂಡಿದ 'ಭಾವ'ಕ್ಕೆ ಬೇಲಿ ಹಾಕುವ ಕೆಲಸ ನಡೆಯುತ್ತಿದೆ. ಇದು ಅಸಹನೆಯ ಪರಾಕಾಷ್ಠೆ ತಲುಪಿ ರುವ ಸೂಚನೆ. ಇನ್ನು ಕೆಲವರಂತೂ ಅಸಹನೆಯಿಂದ, ಅಸಹನೆಯನ್ನು ಸೃಷ್ಟಿಸಲೆಂದೇ ಕಥೆ, ಕಾದಂಬರಿಗಳನ್ನು ಬರೆಯತೊಡಗಿದ್ದಾರೆ.

ಶವ ಹೊತ್ತ ವಾಹನ ಸರೋವರದ ತಟವನ್ನು ತಲುಪಿತು. ಅಲ್ಲಿ ಸಕಲ ಸರ್ಕಾರಿ ಮರ್ಯಾದೆಯೊಡನೆ ಅಂತ್ಯಸಂಸ್ಕಾರ ನೆರವೇರಿಸಲು ರಾಜಕಾರಣಿಗಳು, ಪೋಲಿಸರು ದಂಡು ಕಟ್ಟಿಕೊಂಡು ಕಾಯುತ್ತಿದ್ದರು. ಮುಖಂಡರೆಲ್ಲರು ಶಾಸ್ತ್ರೋಕ್ತವಾಗಿ ಶವಪೆಟ್ಟಿಗೆಗೆ ಕೈಹಾಕುತ್ತಲೇ ಶೋಕ, ಅಳು, ಗೋಳಾಟ, ಬಾಯಿ ಬಡಿದಾಟ ಹೆಚ್ಚಾಯಿತು. ಪೆಟ್ಟಿಗೆಗಳು ಮಣ್ಣು ಸೇರಿದವು. 'ವೀವಾ ಲಾ ಪೊಯೆಸೀಯಾ' 'Long Live Poetry' 'ಕಾವ್ಯ ಚಿರಾಯುವಾಗಲಿ' ಎಂಬ ಜಯಘೋಷಗಳು ಮುಗಿಲು ಮುಟ್ಟಿದವು.

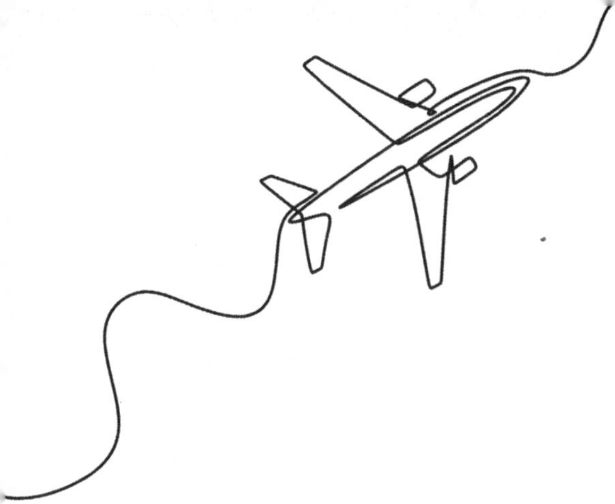

ಟೆಕ್ಸಾಸ್ ಭೇಟಿ

ಈ ಬಾರಿಯೂ ನಾನು ಅಮೆರಿಕಾವನ್ನು ದಾಟಿಯೇ ಹೋಗಬೇಕಾಗಿತ್ತು. ಒಮ್ಮೆ ಆಕಸ್ಮಿಕವಾಗಿ ಮಿತ್ರರಾದ ಡಾ. ಸಿ.ಎಸ್. ದ್ವಾರಕಾನಾಥ್ ಅವರ ಹತ್ತಿರ ದೂರ ಪ್ರಯಾಣವಾದ ನನ್ನ ಕಾವ್ಯ ಪ್ರವಾಸವನ್ನು ಕುರಿತು ಮಾತಾಡುತ್ತಿದ್ದೆ. 'ಅಯ್ಯೋ, ಟೆಕ್ಸಾಸ್‌ನಲ್ಲಿ ನಮ್ಮ ರೆಡ್ಡಿ ಇದ್ದಾನಲ್ಲ, ಯಾಕೆ ಯೋಚಿಸುತ್ತೀರಿ. ಇಲ್ಲಿಂದ ಯಾರಾದರೂ ಬರುವುದನ್ನೇ ಕಾಯುತ್ತಿರುತ್ತಾನೆ. ನೀವು ಹೋದರೆ ಖುಷಿಪಡುತ್ತಾನೆ' ಎಂದರು. ಅಲ್ಲಿಯೇ ಫೋನಿನ ಮುಖಾಂತರ ನನಗೆ ಸಿರೂರು ಹನುಮಂತ ರೆಡ್ಡಿಯವರ ಪರಿಚಯ ಮಾಡಿಸಿದರು. ಮುಂದೆ ಇ-ಮೇಲ್‌ನಲ್ಲಿ ನಮ್ಮ ವಿಚಾರ ವಿನಿಮಯ ಮುಂದುವರೆಯಿತು. ನಾನು ಟೆಕ್ಸಾಸ್‌ನ ರಾಜಧಾನಿ ಡಲ್ಲಾಸ್ ಮುಖಾಂತರ ವಿಮಾನ ಟಿಕೆಟ್ ಅನ್ನು ಬುಕ್ ಮಾಡಿದೆ. ಹನುಮಂತ ರೆಡ್ಡಿ ಅವರ ಆತಿಥ್ಯವನ್ನು ಎಂದಿಗೂ ಮರೆಯಲು ಸಾಧ್ಯವಿಲ್ಲ. ನನಗಾಗಿ ಅವರು ಒಂದು ವಾರ ಬಿಡುವು ಮಾಡಿಕೊಂಡಿದ್ದರು.

ಡಲ್ಲಾಸ್ ವಿಮಾನ ನಿಲ್ದಾಣ ಜಗತ್ತಿನಲ್ಲೇ ಅತ್ಯಂತ ದೊಡ್ಡದು ಎಂದು ಹೇಳುತ್ತಾರೆ. ಪ್ರತಿ ಮೂರು ನಿಮಿಷಕ್ಕೊಮ್ಮೆ ಒಂದು ವಿಮಾನ ಟೇಕಾಫ್ ಆಗುತ್ತದಂತೆ. ಈಗಿನ ಬೆಳವಣಿಗೆ ತಿಳಿಯದು. ರೆಡ್ಡಿ ಡಲ್ಲಾಸ್ ಏರ್‌ಪೋರ್ಟ್‌ನಿಂದ ನಗರದ ಹೊರವಲಯದಲ್ಲಿದ್ದ ಅವರ ಮನೆಗೆ ನೇರವಾಗಿ ಕರೆದುಕೊಂಡು ಹೋದರು. ಭವ್ಯವಾದ ಮನೆ. ಮನೆಯಲ್ಲಿ ಅವರ ಪತ್ನಿ ಶೈಲಜ ಮತ್ತು ಮಗ ಇದ್ದರು. ನನಗಾಗಿ ಅತಿಥಿ ಕೊಠಡಿ ತಯಾರಾಗಿತ್ತು.

ಚಳಿ ಪ್ರದೇಶವಾದ್ದರಿಂದ ಕೇಂದ್ರೀಕೃತ ಹವಾನಿಯಂತ್ರಣ ವ್ಯವಸ್ಥೆ ಇದ್ದಿತು. ರೆಡ್ಡಿ ಕಾರು ಚಾಲನೆಯಲ್ಲಿ ನಿಸ್ಸೀಮರು. ಬೇಸರವಿಲ್ಲದೆ ದಿನಗಟ್ಟಲೆ ಕಾರು ಓಡಿಸುತ್ತಾರೆ. ದ್ವಾರಕಾನಾಥ್ ಅಮೆರಿಕಾ ಪ್ರವಾಸ ಮಾಡಿದಾಗ ಅಮೆರಿಕಾ ಸಂಯುಕ್ತ ಸಂಸ್ಥಾನಗಳ ಮೇಲಿನಿಂದ ಕೆಳತುದಿಯವರೆಗೂ ಕಾರಿನಲ್ಲಿಯೇ ಸುತ್ತಾಡಿಸಿದ್ದಾರೆ. ಊಹಿಸಿಕೊಳ್ಳಿ; ನ್ಯೂಯಾರ್ಕಿನಿಂದ ಲಾಸ್ ಏಂಜಲೀಸ್‌ಗೆ ವಿಮಾನದಲ್ಲಿಯೇ ಆರು ಗಂಟೆಗಳ ಪ್ರಯಾಣವಿದೆ. ದ್ವಾರಕಾನಾಥರ 'ಅಮೆರಿಕಾ ಆ ಮುಖ' ಪ್ರವಾಸ ಕಥನದಲ್ಲಿ ಅದನ್ನು ನೋಡಬಹುದು. ರೆಡ್ಡಿಯವರು ಸಾಫ್ಟ್‌ವೇರ್ ಕೆಲಸದಲ್ಲಿ ತೊಡಗಿದ್ದರೂ ಅವರೊಳಗಿನ ಪತ್ರಕರ್ತ ಯಾವಾಗಲೂ ಜಾಗೃತನಾಗಿರುತ್ತಾನೆ.

ಅವರು ಒಮ್ಮೆ 'ಲಂಕೇಶ್ ಪತ್ರಿಕೆ'ಗೆ ಬರೆಯುತ್ತಿದ್ದವರು. ಹೋದಲ್ಲೆಲ್ಲಾ ಅವರು ಸ್ಥಳೀಯ ಚರಿತ್ರೆಯನ್ನು ಚೆನ್ನಾಗಿ ಅಭ್ಯಾಸ ಮಾಡುತ್ತಾರೆ. ಅವರೊಂದಿಗೆ ಪ್ರವಾಸ ಮಾಡುತ್ತಾ ಮಾತಾಡುವುದೆಂದರೆ ಒಂದು ಪುಸ್ತಕ ಓದುತ್ತಿರುವ ಅನುಭವವಾಗುತ್ತದೆ. ಟೆಕ್ಸಾಸ್ ದೊಡ್ಡ ರಾಜ್ಯವಾದರೂ ಅಮೆರಿಕಾದ ಬರಡು ಪ್ರದೇಶ. ಮಳೆ ಬೆಳೆ ಕಡಿಮೆ. ಮೂಲ ರೆಡ್ ಇಂಡಿಯನ್ನರು ಹೆಚ್ಚಾಗಿ ಇರುವ ಪ್ರದೇಶ. ಅವರನ್ನು ತೋರಿಸಲೆಂದೇ ಹಲವಾರು ಮೈಲುಗಳು ಕಾರಿನಲ್ಲಿ ನನ್ನನ್ನು ಸುತ್ತಾಡಿಸಿದ್ದಾರೆ. ಟೆಕ್ಸಾಸ್ ಕ್ಯಾಸಿನೋಗಳಿಗೆ ಪ್ರಸಿದ್ಧಿ. ಅವುಗಳನ್ನು ಈ ಮೂಲನಿವಾಸಿ ರೆಡ್ ಇಂಡಿಯನ್ನರೇ ನಡೆಸುತ್ತಾರೆ. ಯಾಕೆಂದರೆ, ಅವರಿಗೆ ಆದಾಯದ ಮೂಲಗಳಿಲ್ಲದ ಕಾರಣ ಸರ್ಕಾರವೇ ಅವರಿಗೆ ಅವುಗಳನ್ನು ನಡೆಸಲು ಲೈಸೆನ್ಸ್ ಕೊಡುತ್ತದೆಯಂತೆ. ಒಂದು ಕಡೆ ನಾವು ಕ್ಯಾಸಿನೋ ಒಳಗೆ ಪ್ರವೇಶಿಸಿ ನಮ್ಮ ಅದೃಷ್ಟ ಪರೀಕ್ಷೆಗೆ ಸಿದ್ಧರಾದೆವು. ಕೆಲವು ಗಂಟೆಗಳ ನಂತರ ನಾನು ಹದಿನಾರು ಡಾಲರ್ ಕಮಾಯಿಸಿದ್ದೆ! ರೆಡ್ಡಿ ಸ್ವಲ್ಪ ಕಳೆದುಕೊಂಡಿದ್ದರು.

ನಾವು ಸತತವಾಗಿ ನಾಲ್ಕು ದಿನಗಳ ಕಾಲ ಟೆಕ್ಸಾಸ್ ಅನ್ನು ಕಾರಿನಲ್ಲಿ ಸುತ್ತು ಹೊಡೆದೆವು. ರಾತ್ರಿ ಮನೆಗೆ ಹಿಂದಿರುಗಿದಾಗ ನನ್ನ ಕವಿತೆಗಳನ್ನು ವಾಚನ ಮಾಡುವುದು, ಚರ್ಚೆ ಮಾಡುವುದು ನಡೆದಿತ್ತು. ಅಮೆರಿಕಾ ನೆನಪಿಡುವ ಅಧ್ಯಕ್ಷರಲ್ಲಿ ಒಬ್ಬರಾದ ಜಾನ್ ಎಫ್ ಕೆನಡಿ. ಅವರು ಹತ್ಯೆಯಾದದ್ದು ಡಲ್ಲಾಸ್ ನಗರದಲ್ಲಿ. ಆ ಸ್ಥಳವನ್ನು ಗುರುತು ಮಾಡಿ ಇಟ್ಟಿದ್ದಾರೆ. ಇನ್ನುಳಿದಂತೆ ಅಮೆರಿಕಾದ ಎಲ್ಲ ನಗರಗಳೂ ಒಂದೇ ತೆರನಾಗಿ ಕಾಣಿಸುತ್ತವೆ. ಎಲ್ಲಿ ನೋಡಿದರೂ ಗಗನಚುಂಬಿ ಕಾಂಕ್ರೀಟ್ ಕಟ್ಟಡಗಳು. ಹೆಚ್ಚೆಂದರೆ ಮ್ಯೂಸಿಯಮ್‌ಗಳು. ಯೋಜಿತ ರಸ್ತೆ ಮತ್ತು ಪಾರ್ಕುಗಳು. ನಮ್ಮಲ್ಲಿರುವಂತೆ ವೈವಿಧ್ಯಮಯ ಪಾರಂಪರಿಕ ಕಮಾನ್ಯುಮೆಂಟ್‌ಗಳು ಅಲ್ಲಿಲ್ಲ. ಅಲ್ಲಿನ ಜನ ಯಾಕೆ ಇಂಡಿಯಾ ನೋಡಲು ಉತ್ಸುಕತೆ ಹೊಂದಿದ್ದಾರೆ ಎನ್ನುವುದು ಒಮ್ಮೆ ಅಲ್ಲಿಗೆ ಹೋಗಿ ಬಂದರೆ ತಿಳಿಯುತ್ತದೆ. ನಮ್ಮ ಹಳೇಬೀಡು, ಬೇಲೂರು, ಹಂಪಿ, ಅಜಂತಾ, ಎಲ್ಲೋರ ಅವರಿಗೆ ಬೇರೆಯೇ ಆದ ಒಂದು ಅದ್ಭುತ

ಲೋಕವನ್ನು ತೆರೆದಿಡುತ್ತವೆ. ಪ್ರಾಚೀನ ಸಂಸ್ಕೃತಿ ಮತ್ತು ಚರಿತ್ರೆಗಳನ್ನು ಪರಿಚಯ ಮಾಡಿಸುತ್ತವೆ.

ನಾನು ಹೊರಡುವ ಹಿಂದಿನ ದಿನ ಮುಂಜಾನೆ ರೆಡ್ಡಿಯವರು ಬಾಗಿಲು ತೆಗೆದಾಗ ಹಿಮದ ತುಂತುರು ಬೀಳುತ್ತಿತ್ತು. ಅದು ಆ ಸೀಸನ್ನಿನಲ್ಲಿ ಮೊದಲ ಸಲ ಬಿದ್ದ ಹಿಮವಾಗಿತ್ತಂತೆ. ಎಲ್ಲರಿಗೂ ಆನಂದವೋ ಆನಂದ. ಸುತ್ತಲಿನ ಮಕ್ಕಳು ಮನೆಯ ಹೊರಗೆ ಬಂದು ಸಂಭ್ರಮಿಸುತ್ತಿದ್ದರು. ಬೆಣಚು ಕಲ್ಲಿನಂತೆ ಕಂಡು, ಕೈಗೆತ್ತಿಕೊಂಡಾಗ ಕರಗಿ ಹೋಗುವ ಹಿಮದ ಗಡ್ಡೆಯ ಹೊಡೆದಾಟ ಮಕ್ಕಳಿಗೆ ಅಚ್ಚುಮೆಚ್ಚು. ಕಣ್ಣೆತ್ತಿ ನೋಡುವಾಗ ಹಾಲುಬಿಳಿಯ ಆ ಮಂಜುಗಡ್ಡೆ ನನಗೆ ದೇವಲೋಕದಿಂದ ಚೆಲ್ಲುತ್ತಿರುವ ಪಾರಿಜಾತ ಪುಷ್ಪಗಳಂತೆ ಕಾಣುತ್ತಿದ್ದವು.

ಶಾರ್ ಅಂತಾರಾಷ್ಟ್ರೀಯ ಕಾವ್ಯಮೇಳ

ಮತ್ತೊಂದು ಅವಕಾಶ 2007ರಲ್ಲಿ ಒದಗಿಬಂತು. ಗ್ರೆನೇಡಾ ಕಾವ್ಯಮೇಳದಲ್ಲಿ ನನ್ನ ಕವಿತೆಗಳನ್ನು ಆಸಕ್ತಿಯಿಂದ ಕೇಳಿದ್ದ ಇಸ್ರೇಲ್ ಕವಿ ಆಮಿರ್ ಅಕ್ಟೋಬರ್, 2007ರಲ್ಲಿ ನಡೆಯುತ್ತಿದ್ದ ಕಾವ್ಯಮೇಳಕ್ಕೆ ಆಹ್ವಾನ ಕಳಿಸಿಯೇಬಿಟ್ಟರು. ಇಸ್ರೇಲ್, ಯಹೂದಿಗಳು ಹೋರಾಟದಿಂದ ಮರಳಿ ಗಳಿಸಿದ ರಾಷ್ಟ್ರ. ಸೆಮೆಟಿಕ್ ಧರ್ಮಗಳನ್ನು ತನ್ನೊಡಲೊಳಗಿಟ್ಟು ಬೆಳೆಸಿರುವ ರಾಷ್ಟ್ರ. ಇಂದಿಗೂ ಕುದಿಬಾಣಲೆಯಂತಿರುವ ಅದು ಅನೇಕ ಕಾರಣಗಳಿಂದ ಜಗತ್ತು ತನ್ನತ್ತ ತಿರುಗುವಂತೆ ಮಾಡಿದೆ. ಅದಕ್ಕೂ ಮೊದಲು ನಾನು ಲಿಯೋನ್ಯೂರಿಸ್‌ನ 'ಎಕ್ಸೋಡಸ್', ಕಾದಂಬರಿಯನ್ನು ಓದಿ ಬೆಚ್ಚಿಬಿದ್ದಿದ್ದೆ. ಆ ದೇಶವನ್ನು ನೋಡಲೇಬೇಕು ಎನ್ನಿಸಿತ್ತು. ಮುಂಬೈಯಿಂದ ಟೆಲ್ ಅವೀವ್‌ಗೆ ಮೂರು ತಾಸಿನ ಪ್ರಯಾಣ ಅಷ್ಟೆ. ಇಸ್ರೇಲ್ ದೇಶವನ್ನು ಜಗತ್ತಿನ ಅನೇಕ ದೇಶಗಳು ರಾಷ್ಟ್ರವೆಂದು ಒಪ್ಪಿಕೊಂಡಿಲ್ಲ. ಭಾರತದಲ್ಲೂ ಇಸ್ರೇಲ್ ದೇಶ ಪ್ರವಾಸಕ್ಕೆ ಬೇರೆಯೇ ಆದ ಪಾಸ್‌ಪೋರ್ಟ್‌ನಲ್ಲಿ ವೀಸಾ ನೀಡುತ್ತಾರೆ. ಯಾಕೆಂದರೆ ಮೂಲ ಪಾಸ್‌ಪೋರ್ಟ್‌ನಲ್ಲಿ ವೀಸಾ ಸ್ಟ್ಯಾಂಪ್ ಮಾಡಿದರೆ, ಬೇರೆ ಕೆಲವು ದೇಶಗಳು ನಮ್ಮ ಪ್ರವೇಶವನ್ನು ನಿರಾಕರಿಸುತ್ತವಂತೆ.

ಆಮಿರ್ ಹೆಲಿಕಾನ್, ಪೊಯೆಟ್ರಿ ಸೊಸೈಟಿಯ ಅಧ್ಯಕ್ಷರು. ಅಲ್ಲಿಂದ 'ಹೆಲಿಕಾನ್' ಎಂಬ ಒಂದು ಸಾಹಿತ್ಯ ಪತ್ರಿಕೆಯನ್ನು ಹೊರತರುತ್ತಾರೆ. ಆ ಪತ್ರಿಕೆಯಲ್ಲಿ ನನ್ನ ಸಂದರ್ಶನವು ಪ್ರಕಟವಾಯಿತು. ಇಸ್ರೇಲ್‌ನ ನಾಲ್ಕು ಮುಖ್ಯ ನಗರಗಳಲ್ಲಿ ಕಾವ್ಯಮೇಳವು ನಡೆಯಿತು. ಟೆಲ್ ಅವೀವ್, ನಝೂರೆತ್, ಜಾಫಾ ಮತ್ತು ಜೆರುಸಲೇಮ್. ಒಂದು ನಗರದಿಂದ

ಇನ್ನೊಂದು ನಗರಕ್ಕೆ ಪ್ರಯಾಣಿಸುವಾಗ ನಮಗೆ ಕಾಣಿಸುವುದು ಬರೀ ಮರಳು, ರಾಶಿ ರಾಶಿ ಮರಳು. ಮರಳಿನ ಗುಡ್ಡಗಳು. ಅದರ ಮಧ್ಯೆ ಸುಂದರವಾದ ರಸ್ತೆಗಳು. ರಸ್ತೆಯ ಬದಿ ಒಂದು ಮರವಿಲ್ಲ, ಒಂದು ಹನಿ ನೀರು ಕಾಣಿಸುವುದಿಲ್ಲ. ಆಗೆಲ್ಲಾ ನನಗೆ ನಮ್ಮ ಚಾಮರಾಜನಗರ ಜಿಲ್ಲೆಯ ನೆನಪಾಗುತ್ತಿತ್ತು. ಸಮೃದ್ಧವಾದ ಕಾಡು, ಆ ಪರ್ವತಶ್ರೇಣಿ, ಕಾವೇರಿ, ಚಿಕ್ಕ ಹೊಳೆ ನದಿಗಳು. ಪ್ರಕೃತಿದೇವಿ ತನ್ನ ಮಡಿಲನ್ನು ಹಾಸಿ ಹೊದ್ದು ಮಲಗಿದ್ದಾಳೆ ನಮ್ಮೂರಿನಲ್ಲಿ ಅನಿಸುತ್ತದೆ. ಅದಕ್ಕೆ ತದ್ವಿರುದ್ಧವಾದ ಪರಿಸರವನ್ನು ನೋಡುವಾಗ ರೋಮಾಂಚನದ ಜತೆಗೆ ಕನಿಕರವೂ ಮೂಡುತ್ತಿತ್ತು.

ನಝಾರೆತ್ ಏಸುಕ್ರಿಸ್ತನ ಕರ್ಮಭೂಮಿ. ಊರನ್ನು ಕಾಲುನಡಿಗೆಯಲ್ಲಿ ಸುತ್ತಿ, ಏಸು ನಡೆದಾಡಿದ ಜಾಗ ಮತ್ತಿತರ ಸ್ಥಳಗಳನ್ನು ನೋಡಿದೆವು. ಕಾವ್ಯವಾಚನವೂ ಸಾಂಗವಾಗಿ ನೆರವೇರಿತು. ಆಮಿರ್ ಮುಂಚೆಯೇ ನನ್ನಿಂದ ಎಂಟು ಇಂಗ್ಲಿಷ್ ಅನುವಾದಿತ ಪದ್ಯಗಳನ್ನು ತರಿಸಿಕೊಂಡು, ಹೀಬ್ರೂ ಭಾಷೆಗೆ ತಾವೇ ಭಾಷಾಂತರಿಸಿದ್ದರು. ಯಥಾಪ್ರಕಾರ ನಾನು ಕನ್ನಡದಲ್ಲಿ ಪದ್ಯ ಓದುತ್ತಿದ್ದೆ. ಅಲ್ಲಿನ ಕವಿಯೊಬ್ಬರು ಹೀಬ್ರೂ ಭಾಷೆಯಲ್ಲಿ ಓದುತ್ತಿದ್ದರು. ನಝಾರೆತ್‌ನ ಗೋಷ್ಠಿಯಲ್ಲಿ ನಾನು 'ಚಿಂದಿ ಆಯುವ ಚಿಣ್ಣನಿಗೆ' ಕವಿತೆಯನ್ನು ಓದಿದ ನಂತರ ಸಭಾಂಗಣದಲ್ಲಿದ್ದ ಕೇಳುಗ ಮಹಿಳೆಯೊಬ್ಬರು ಬಂದು, 'ಇದು ನನ್ನ ಭಾಷೆಯಲ್ಲಿಯೇ ಬರೆದಂತಿದೆ' ಎಂದು ಆಲಂಗಿಸಿದರು! ಹಲವಾರು ಕಡೆ ನನ್ನನ್ನು 'ನೀವು ಯಹೂದಿಯೇ?' (Are you a Jew?) ಎಂದು ಕೇಳುತ್ತಿದ್ದರು.

ಜೆರುಸಲೇಮ್ ಸುಂದರವಾದ ನಗರ. ಈಗ ಅದು ಕೇವಲ ಯಹೂದಿಗಳಿಗೆ ಮಾತ್ರ ಪವಿತ್ರವಾಗಿ ಉಳಿದಿಲ್ಲ, ವಿಶ್ವದಾದ್ಯಂತ ಕ್ರೈಸ್ತರು ತಮ್ಮ ಆರಾಧ್ಯ ದೈವ ಏಸುಕ್ರಿಸ್ತ ಶಿಲುಬೆಗೇರಿದ್ದು, ಸಮಾಧಿಗೊಂಡಿದ್ದು ಮತ್ತು ಮೂರು ದಿವಸಗಳ ನಂತರ ಸಮಾಧಿಯಿಂದ ಎದ್ದು ಬಂದಂತಹ ಪವಿತ್ರ ಸ್ಥಳಗಳನ್ನು ನೋಡಿ ಕಣ್ಣು ತುಂಬಿಕೊಳ್ಳಲು ಬರುತ್ತಾರೆ. ಮುಸಲ್ಮಾನರು, 'ಪ್ರವಾದಿ ಮಹಮ್ಮದರು ತಮ್ಮ ಕೊನೆಯ ಪ್ರಾರ್ಥನೆ ಸಲ್ಲಿಸಿ, ಸ್ವರ್ಗಕ್ಕೆ ರಾತ್ರಿ ಪಯಣ ಕೈಗೊಂಡದ್ದು ಇಲ್ಲೇ' ಎಂದು ಭಾವುಕರಾಗಿ ನಿಂತುಬಿಡುತ್ತಾರೆ. ಖೇದವೆಂದರೆ ಹಳೆಯ ನಗರದ ಮಾರುಕಟ್ಟೆ ಪ್ರದೇಶವು ಇಂದಿಗೂ ಯಹೂದಿಗಳ ಕ್ವಾರ್ಟರ್, ಕ್ರೈಸ್ತರ ಕ್ವಾರ್ಟರ್ ಮತ್ತು ಮುಸಲ್ಮಾನರ ಕ್ವಾರ್ಟರ್ ಎಂದು ವಿಂಗಡಿಸಲ್ಪಟ್ಟಿದೆ. ಅದನ್ನು ನೋಡಿದರೆ ನಮ್ಮ ದೇಶದ ಹಳ್ಳಿಗಳಲ್ಲಿ ವಿಂಗಡಿಸಲ್ಪಟ್ಟ ಕೇರಿಗಳಂತೆ ಕಾಣುತ್ತದೆ. ಆ ತಾರತಮ್ಯ ಇನ್ನೂ ಮುಂದುವರೆದಿದೆ.

ಜೆರುಸಲೇಮ್‌ನಲ್ಲಿ ನಡೆದ ಕವಿಗೋಷ್ಠಿ ವಿಶಿಷ್ಟವಾಗಿತ್ತು. ಅದರೊಂದಿಗೆ ಸಾಂಸ್ಕೃತಿಕ ಕಾರ್ಯಕ್ರಮಗಳು ಜೊತೆಯಾಗಿದ್ದವು. ಅಲ್ಲಿನ ಒಬ್ಬ ರಂಗಕಲಾವಿದ ಆಮಿರ್‌ವೋರ್ ಬಳಿಗೆ ಬಂದು, 'ಒಂದು ಒಳ್ಳೆಯ ಪದ್ಯ ಕೊಡಿ, ನಾನು ಅದನ್ನು ನಾಟಕೀಕರಿಸಿ (Dramatise) ಪ್ರದರ್ಶಿಸುತ್ತೇನೆ' ಎಂದನಂತೆ. ಅದಕ್ಕೆ ಆಮಿರ್ 'ನನಗೆ ಆಯ್ಕೆ ಮಾಡಲು ಈಗ ಸಮಯವಿಲ್ಲ. ಇಗೋ ಇಲ್ಲಿ 80 ಕವಿಗಳ ಕವಿತೆಗಳಿವೆ. ನಿನಗೆ ಬೇಕಾದದ್ದನ್ನು ಆರಿಸಿಕೋ' ಎಂದು ಕವಿತೆಗಳ ಗುಚ್ಛವನ್ನೇ ಕೊಟ್ಟರಂತೆ. ಆಶ್ಚರ್ಯವೇನೆಂದರೆ ಆ

ಇಸ್ರೇಲಿನ ಟೆಲ್ ಅವೀವ್ ನಗರದಲ್ಲಿ
ಇಟಲಿಯ ಕವಿಯೊಡನೆ.

ಕಲಾವಿದ ಅಷ್ಟೂ ಕವಿತೆಗಳ ಮಧ್ಯೆ, 'ನಾನೊಂದು ಮರವಾಗಿದ್ದರೆ' ಕವಿತೆಯನ್ನು ಆರಿಸಿಕೊಂಡಿದ್ದ. ಏಕಪಾತ್ರಾಭಿನಯದಲ್ಲಿ ಬಹಳ ಪರಿಣಾಮಕಾರಿಯಾಗಿ ಕವಿತೆಯನ್ನು ಬಿತ್ತರಿಸಿದ. ಪ್ರೇಕ್ಷಕರಿಗೆ ಬಹಳ ಮೆಚ್ಚುಗೆಯಾಯಿತು. ದುರದೃಷ್ಟವಶಾತ್ ನಾನು ಅದರ ವಿಡಿಯೋ ಪ್ರತಿಯನ್ನು ಪಡೆದುಕೊಳ್ಳಲಾಗಲಿಲ್ಲ. ಇದು ನನ್ನ ಕಾವ್ಯಚರಿತ್ರೆಯಲ್ಲಿ ದಾಖಲಾಗಲೇಬೇಕಾದ ವಿಷಯ ಎಂದು ಬರೆದಿದ್ದೇನೆ. ಆಮಿರ್ ಓರ್ ಸಂಪಾದಿಸಿರುವ ಒಂದು ಹೀಬ್ರೂ ಕಾವ್ಯ ಸಂಕಲನದಲ್ಲಿ ನನ್ನ ಎರಡು ಪದ್ಯಗಳು ಸೇರಿವೆ.

ಯಹೂದಿಗಳ 'ಗೋಳಾಡುವ ಗೋಡೆ', ಜೆರಸಲೇಮಿನ ಅತ್ಯಂತ ಪ್ರಸಿದ್ಧವಾದ ಸ್ಮಾರಕ. ಗೋಳಿನ ಗೋಡೆಗೆ ಒಂದು ಇತಿಹಾಸವಿದೆ. ಅದು ಹೆರೋಡನು Temple Mount ಮೇಲೆ ಕಟ್ಟಿದ ಮಂದಿರಕ್ಕೆ ತಡೆಗೋಡೆಯಾಗಿ ನಿರ್ಮಿಸಿದನಂತೆ. ಯಹೂದಿಗಳ ಎರಡು ಸಾವಿರ ವರ್ಷಗಳ ದೇಶಭ್ರಷ್ಟತೆಯಲ್ಲಿ ವರ್ಷಕೊಮ್ಮೆ ತಮ್ಮ ಮೂಲ ಸ್ಥಾನಕ್ಕೆ ಬರಲು ಅವಕಾಶವಿತ್ತಂತೆ. ಆ ಅವಕಾಶವನ್ನು ಉಪಯೋಗಿಸಿಕೊಂಡು ಬಂದವರೆಲ್ಲಾ ದೇವಮಂದಿರದ ನಾಶಕ್ಕಾಗಿ ದುಃಖಿಸುತ್ತಿದ್ದರಂತೆ. ಆದಕಾರಣ ಇದಕ್ಕೆ 'ಗೋಳಾಡುವ' ಗೋಡೆ ಎಂಬ ಹೆಸರು ಬಂದಿದೆ. ಆ ಎರಡು ಸಾವಿರ ವರ್ಷಗಳಲ್ಲಿ ಪ್ರಪಂಚದಾದ್ಯಂತ ಇದ್ದ ಯಹೂದಿಗಳು ಈ ಗೋಡೆಯ ಕಡೆಗೆ ಮುಖ ಮಾಡಿ ಎಂದಾದರು ಒಂದು ದಿನ ತಾಯ್ನಾಡಿಗೆ ಹಿಂತಿರುಗುವ ಭರವಸೆಯಿಂದ ಪ್ರಾರ್ಥಿಸುತ್ತಿದ್ದರಂತೆ.

ಈಗ ಅದು ತಾಯ್ನಾಡಿನ ಮರುನಿರ್ಮಾಣದ ಸಂಕೇತವಾಗಿ ನಿಂತಿದೆ. ದಿನದ 24 ಘಂಟೆಗಳಲ್ಲಿಯೂ ಜನ ಪ್ರಾರ್ಥನೆ ಸಲ್ಲಿಸಲು ಬರುತ್ತಾರೆ. ಅಲ್ಲಿ ಒಂದು ವಿಚಿತ್ರ ಸಂಪ್ರದಾಯ ಚಾಲ್ತಿಯಲ್ಲಿದೆ. ಅಲ್ಲಿಗೆ ಬರುವವರು ತಮ್ಮ ಪ್ರಾರ್ಥನೆಗಳನ್ನು

ಸಣ್ಣಸಣ್ಣ ಚೀಟಿಗಳಲ್ಲಿ ಬರೆದು, ಬೃಹತ್ ಗೋಡೆಯ ಸಂದುಗೊಂದುಗಳಲ್ಲಿ ಸಿಕ್ಕಿಸಿ ಹೋಗುತ್ತಾರೆ. ಹಾಗೆ ಮಾಡುವುದರಿಂದ, ಪ್ರಾರ್ಥನೆ ಫಲ ನೀಡುತ್ತದೆ ಎಂಬುದು ಅವರ ನಂಬಿಕೆ. ಅಲ್ಲಿಯೂ ಪುರೋಹಿತಶಾಹಿಯ ಪೀಡನೆಯಿದೆ. ರಬ್ಬಾನಿಗಳು ಯಾತ್ರಿಕರನ್ನು ಹಿಂಬಲಿಸುತ್ತಾ ಬರುತ್ತಾರೆ. ನಿಮಗಾಗಿ ಪ್ರಾರ್ಥಿಸುತ್ತೇವೆ ಎಂದು ಗೋಳಿಡುತ್ತಾರೆ. ಅದು ತುಂಬಾ ಕಿರಿಕಿರಿ ಎನಿಸುತ್ತದೆ.

ಜೆರುಸಲೇಮ್, ಪ್ರಪಂಚದ ಮೂರು ಪ್ರಮುಖ ಧರ್ಮಗಳಿಗೆ ಉಗಮಸ್ಥಾನವಾದ್ದರಿಂದ ಪ್ರವಾಸಿಗರನ್ನು ಆಕರ್ಷಿಸುತ್ತದೆ. ಏಸುಕ್ರಿಸ್ತನಿಗೆ ಶಿಲುಬೆಯನ್ನು ಹೊರಿಸಿ ಮೆರವಣಿಗೆ ಮಾಡಿದ ರಸ್ತೆಗಳಲ್ಲಿ ನಡೆದಾಡುತ್ತಿದ್ದರೆ ಮೈನಿಮಿರೇಳುತ್ತಿತ್ತು. ಒಂದು ರೀತಿಯ ಸಂಚಲನೆ (vibration) ಉಂಟಾಗುತ್ತಿತ್ತು. ಹೋಲಿ ಸೆಪಲ್ಕರ್ (ಮೂರು ದಿನಗಳ ನಂತರ ಮೇಲೆದ್ದು ಬಂದ ಸಮಾಧಿ ಸ್ಥಳ) ನೋಡುವಾಗಲೂ ಅದೇ ಅನುಭವವಾಯಿತು.

ಸ್ವದೇಶಕ್ಕೆ ಮರಳುವ ಮುನ್ನ ನಮ್ಮನ್ನು ಮೃತ ಸಮುದ್ರವನ್ನು (Dead Sea) ನೋಡಲು ಕರೆದೊಯ್ದರು. ಅದು ಇಸ್ರೇಲ್ ಮತ್ತು ಜೋರ್ಡಾನ್‌ಗಳ ನಡುವೆ ಚಾಚಿಕೊಂಡಿದೆ. ಹಸಿರು ಬಣ್ಣದ ಹೊದಿಕೆ ಹೊದ್ದು ಪ್ರಶಾಂತವಾಗಿ ಮಲಗಿರುವಂತೆ ಕಾಣುತ್ತದೆ. ಉಪ್ಪಿನ ಅಂಶವು ಹೆಚ್ಚಾಗಿರುವುದರಿಂದ ಅಲ್ಲಿಗೆ ಬಿದ್ದ ಯಾವ ವಸ್ತುವೂ ಮುಳುಗುವುದಿಲ್ಲ, ತೇಲುತ್ತವೆ. ಆ ನೀರು ಸ್ನಾನಕ್ಕೂ ಸಲ್ಲ. ಕಣ್ಣಿಗಂತೂ ಆ ನೀರು ಸೋಕಲೇಬಾರದು. ಪ್ರವಾಸಿಗರು ಬಂದು ಸಮುದ್ರದೊಳಗೆ ಇಳಿದು ಅಂಗಾತ ಮಲಗಿ ತೇಲುತ್ತಿರುತ್ತಾರೆ. ಸಮುದ್ರದ ದಡದಲ್ಲಿ ಕಪ್ಪು ಮಣ್ಣಿದೆ. ಕೆಲವರು ಆ ಕಪ್ಪು ಮಣ್ಣನ್ನು ಮೈಗೆಲ್ಲಾ ಬಳಿದುಕೊಂಡು ನೀರಿನ ಮೇಲೆ ಮಲಗುತ್ತಾರೆ. ಅದು ಚರ್ಮದ ಆರೋಗ್ಯಕ್ಕೆ ಒಳ್ಳೆಯದು ಎಂಬ ಪ್ರತೀತಿ. ನಾನು ಮತ್ತು ಕ್ರಿಸ್ಟೋಫರ್ ಮೆರಿಲ್- ಇವರು ಐಯೊವಾ ವಿಶ್ವವಿದ್ಯಾಲಯದ ಪ್ರಾಧ್ಯಾಪಕರು ಮತ್ತು International Writing Programನ ನಿರ್ದೇಶಕರು, ಇಬ್ಬರೂ ಸಮುದ್ರಕ್ಕೆ ಇಳಿದೆವು. ಕುತ್ತಿಗೆಯ ಮಟ್ಟಕ್ಕೆ ನೀರು ಬರುವವರೆಗೂ ಕೈಕೈ ಹಿಡಿದುಕೊಂಡು ಹಾದುಹೋಗಿ ಸಾವರಿಸಿಕೊಂಡು ಮಂಚದ ಮೇಲೇರುವಂತೆ ಏರಿ ಮಲಗಿದೆವು. ಅದೊಂದು ವಿಚಿತ್ರ ಅನುಭವ. ಸ್ವಲ್ಪ ಹೊತ್ತಿನ ನಂತರ ಎದ್ದು ಹೊರ ಬರಬೇಕೆನ್ನುವಾಗ ನಾನು ಸಹಜವಾಗಿ ಕಾಲು ಇಳಿಸಲು ನೋಡಿದೆ. ನೆಲ ಸಿಗದೆ ತೂರಾಡುತ್ತಾ ಬೋರಲು ಬಿದ್ದೆ. ಕಣ್ಣೊಳಗೆ ನೀರು ಹೊಕ್ಕಿತು. ಉರಿಯೋ ಉರಿ. ನಾನು ಮುಳುಗುತ್ತಿರುವೆನೇನೋ ಎಂದು ಭಾಸವಾಗುತ್ತಿತ್ತು. ಕ್ರಿಸ್ಟೋಫರ್ ನೋಡಿದವರೇ ಬೇಗ ಬಂದು ನನ್ನನ್ನು ಅನಾಮತ್ತಾಗಿ ಎತ್ತಿಕೊಂಡು ಬಂದು ದಡದ ಮೇಲೆ ಮಲಗಿಸಿದರು. ಕಣ್ಣು ಉರಿಯುತ್ತಲೇ ಇತ್ತು. ಅಲ್ಲಿನ ಗಸ್ತು ಅಧಿಕಾರಿಗಳು ಬಂದು ಸಹಾಯ ಮಾಡಿದರು. ನಳದ ನೀರನ್ನು ಪ್ರೋಕ್ಷಣೆ ಮಾಡಿದರು. ಸ್ವಲ್ಪ ಹೊತ್ತಿನ ನಂತರ ಉರಿ ಕಡಿಮೆಯಾಯಿತು.

ಮೃತ ಸಮುದ್ರದ ಉಪ್ಪುನೀರಿನಲ್ಲಿ ತೇಲಿ ಬಂದ ಮೇಲೆ ಸಿಹಿನೀರಿನಲ್ಲಿ ಸ್ನಾನ ಮಾಡಲೇಬೇಕು. ನಾನು ಗಂಡಸರ ಸ್ನಾನ ಗೃಹಕ್ಕೆ ತೆರಳಿದೆ. ಅಲ್ಲೊಂದು ಆಶ್ಚರ್ಯ ಕಾದಿತ್ತು. ಪ್ರವಾಸಿಗರು ಶವರ್‌ಗಳ ಕೆಳಗೆ ಸಾಲಾಗಿ ಪೂರ್ಣ ನಗ್ನರಾಗಿ ನಿಂತು ಸ್ನಾನ ಮಾಡುತ್ತಿದ್ದರು. ಶವರುಗಳ ಮಧ್ಯೆ ಅರ್ಧ ಗೋಡೆಯೂ ಇರಲಿಲ್ಲ. ಬದಲಾಯಿಸುವ ಕೋಣೆಯಂತೂ ಇರಲೇ ಇಲ್ಲ. ಅಲ್ಲಿ ಯಾರಿಗೂ ಸಂಕೋಚವಿದ್ದಂತೆ ಕಾಣಲಿಲ್ಲ. ಸಹಜವಾಗಿ ಮೀಯುತ್ತಿದ್ದರು. ಒಳಉಡುಪನ್ನು ಬದಲಿಸುತ್ತಿದ್ದರು. ನಾನು ಸುಮಾರು ದೇಶಗಳನ್ನು ಸುತ್ತಿದ್ದರೂ, ಕಾಮನ್ ಬಾತ್ ಅನ್ನು ಉಪಯೋಗಿಸಿರಲಿಲ್ಲ. ಸ್ವಲ್ಪ ಮುಜುಗರವಾಯಿತು. ಕ್ರಿಸ್ಟೋಫರ್ Be a Roman in Rome ಎಂದು ಹುರಿದುಂಬಿಸಿದರು. ಆತುರಾತುರದಲ್ಲಿ ಸ್ನಾನ ಮುಗಿಸಿ ಬಂದದ್ದಾಯಿತು. ಇದೂ ಒಂದು ಹೊಸ ಅನುಭವ.

ಶಾಂತಿಯ ನಗರ ಜೆರುಸಲೇಮ್

ಮೆಡಿಟರೇನಿಯನ್ ತೀರದ ಒಂದು ಪುಟ್ಟ ದೇಶ ಇಸ್ರೇಲ್. ಬಹುಶಃ ಇಸ್ರೇಲ್‌ಗಿರುವಂತಹ ರೋಚಕ ಇತಿಹಾಸ ಜಗತ್ತಿನ ಬೇರೆ ಯಾವ ದೇಶಕ್ಕೂ ಇರಲಾರದು. ಮಾನವಕೋಟಿ ಹೆಚ್ಚು ಸಂಕಷ್ಟಕ್ಕೊಳಗಾಗಿರುವುದು, ನರಳುವಂತಾಗಿರುವುದು ಧರ್ಮಕಾರಣದಿಂದ ಎಂದರೆ ಅಚ್ಚರಿಯಾಗಬಹುದು. ದೇವರು ಶಾಂತಿಯನ್ನು ಹೊತ್ತು ಭೂಮಿಗಿಳಿದರೆ, ಅವನ ಹಿಂಬಾಲಕರು ಅದನ್ನು ಕಾಪಾಡಿಕೊಳ್ಳಲು ಹೆಚ್ಚು ಕ್ರೂರಿಗಳಾಗಿದ್ದಾರೆ. ತಮ್ಮೊಳಗೆ ಬಡಿದಾಡಿಕೊಂಡು ಮಾರಣಯಜ್ಞ ನಡೆಸಿದ್ದಾರೆ. ಅಕ್ಷಮ್ಯ ಅನ್ಯಾಯಗಳನ್ನು ಎಸಗಿದ್ದಾರೆ. ಪ್ರೀತಿ ಮನುಷ್ಯನನ್ನು ಭಾವುಕನನ್ನಾಗಿಸುತ್ತದೆ, ಧರ್ಮ ಅತಿ ಭಾವುಕನನ್ನಾಗಿಸುತ್ತದೆ. ಅತಿಭಾವುಕತೆಯಿಂದ ಜನಾಂಗಗಳು ನಷ್ಟವಾಗಿವೆ, ರಾಜ್ಯಗಳು, ದೊರೆತನಗಳು ಇಲ್ಲವಾಗಿವೆ.

ಇಂದು ಜಗತ್ತನ್ನು ವ್ಯಾಪಿಸಿಕೊಂಡಿರುವ ಮೂರು ಮುಖ್ಯಧರ್ಮಗಳಿಗೆ ಜೆರುಸಲೇಮ್ ತವರೂರು ಎನಿಸಿದೆ. ಜೆರುಸಲೇಮ್ ಎಂದರೆ ಶಾಂತಿಯ ನಗರ ಎಂದರ್ಥ. ಸುಮಾರು 4000 ವರ್ಷಗಳ ಇತಿಹಾಸವಿರುವ ಜೆರುಸಲೇಮ್ ಶಾಂತಿಯಿಂದ ಇದ್ದದ್ದು ಅಪರೂಪ. ಇಂದಿಗೂ ಆ ನಗರವನ್ನು ಇಬ್ಭಾಗ ಮಾಡುವ ಕೂಗು ಕೇಳಿಬರುತ್ತಲೇ ಇದೆ. ಇಸ್ರೇಲಿನ ಎರಡನೇ ಅತಿ ದೊಡ್ಡಪಟ್ಟಣವಾಗಿರುವ ಜೆರುಸಲೇಮ್, ಜೂಡಿಯನ್ ಬೆಟ್ಟದ ಸಾಲಿನಲ್ಲಿ ಪವಡಿಸಿದೆ. ಇದು ಮೂಲ ಯಹೂದಿಗಳ ನಗರ. ಅವರು ತಮ್ಮನ್ನು ದೇವಪುತ್ರರೆಂದೇ ಬಣ್ಣಿಸಿಕೊಳ್ಳುತ್ತಾರೆ.

ಮೋಸೆಸ್ ಇವರ ಪಿತಾಮಹ. ಅನೇಕ ಅವಘಡಗಳ ನಡುವೆ, ಅಳಿದುಳಿದವರನ್ನು ಸಂರಕ್ಷಿಸುತ್ತಾ, ಸುಮಾರು 40 ವರ್ಷಗಳ ಕಾಲ ಮರುಭೂಮಿಯಲ್ಲಿ ಅಲೆಯುತ್ತಾ, ಭರವಸೆಯ ನಾಡಿಗೆ (Promised Land) ದಾರಿ ತೋರಿಸಿ, ಅಲ್ಲಿಗೆ (ಇಸ್ರೇಲ್) ತಲುಪುವ ಮೊದಲೇ ಮಾರ್ಗಮಧ್ಯದಲ್ಲಿ ಅಸುನೀಗುತ್ತಾನೆ. ಅದಕ್ಕೂ ಮುಂಚೆ ಸಿನಾಯ್ ಬೆಟ್ಟದ ಮೇಲೆ ದೇವರನ್ನು ಸಂಧಿಸಿ ಒಡಂಬಡಿಕೆ ಮಾಡಿಕೊಂಡು ದಶ ಆಜ್ಞಾಪನೆಗಳನ್ನು (Ten Commandments) ಜತೆಗೆ ಯಹೂದ್ಯರ ಪವಿತ್ರ ಗ್ರಂಥವಾದ 'ಟೋರಾ'ವನ್ನು ಪಡೆದುಕೊಂಡು ಬಂದನೆಂಬ ಪ್ರತೀತಿಯಿದೆ.

ಕ್ರಿ.ಪೂ. 950ರಲ್ಲಿ ಡೇವಿಡ್‌ನ ಮಗ ಸಾಲೋಮನ್ ಮರಿಯಾ, ಬೆಟ್ಟದ ಮೇಲೆ ಮೊದಲ ಯಹೂದಿ ಮಂದಿರವನ್ನು (ಸೈನೊಗಾಗ್) ಕಟ್ಟಿದ. ಬೆಬಿಲೋನಿಯಾದ ರಾಜನ ದಾಳಿಯಿಂದ ಮಂದಿರದ ನಾಶದೊಂದಿಗೆ ಜೆರುಸಲೇಮ್ ನಗರದ ಪತನ ಪ್ರಾರಂಭವಾಯಿತು. ಮತ್ತೆ ಜೆರುಸಲೇಮ್ ಪರ್ಶಿಯನ್ನರ ವಶವಾದ ಮೇಲೆ, ಯಹೂದಿಗಳಿಗೆ ಮರಳಲು ಅವಕಾಶವಾಯಿತು. ಮಂದಿರವು ಮತ್ತು ನಗರದ ಸುತ್ತಲೂ ಗೋಡೆಗಳು ನಿರ್ಮಾಣವಾದವು. ಗ್ರೀಕ್ ದೊರೆ ಅಲೆಕ್ಸಾಂಡರನ ಆಗಮನವಾದ ಮೇಲೆ ಪ್ಯಾಗನ್ ಧರ್ಮದೊಂದಿಗೆ ಗ್ರೀಕ್ ಸಂಸ್ಕೃತಿ ಕಾಲಿಟ್ಟಿತು. ಅದು ಯಹೂದ್ಯರೊಂದಿಗೆ ಬೆರೆಯಲು ಸಾಧ್ಯವಾಗದೆ ಕಲಹಗಳು ಪ್ರಾರಂಭವಾದವು. ಗ್ರೀಕರನ್ನು ಓಡಿಸಿದ ಯಹೂದಿಗಳು, ಸುಮಾರು ಒಂದು ಶತಮಾನ ತಮ್ಮ ನಾಡನ್ನು ಆಳಿಕೊಂಡಿರಬೇಕು.

ಕ್ರಿ.ಪೂ. 63ರ ಹೊತ್ತಿಗೆ ಇಸ್ರೇಲ್ ರೋಮನ್ ಸಾಮ್ರಾಜ್ಯಕ್ಕೆ ಒಳಪಟ್ಟಿತು. ರೋಮನ್ ದೊರೆ ಹೆರೊಡ್‌ನ ಅಧಿಪತ್ಯದಲ್ಲಿ ಜೆರುಸಲೇಮ್ ಮತ್ತೆ ಕಂಗೊಳಿತು. ಇವನ ಸಂತಾನವಾದ ಹೆರೋಡ್ ಆಂಟಾಪಸ್‌ನ ಕಾಲದಲ್ಲಿಯೇ ಏಸುಕ್ರಿಸ್ತನನ್ನು ಶಿಲುಬೆಗೇರಿಸಲಾಯಿತು. ಕ್ರಿ.ಶ. 70ರ ದಶಕದಲ್ಲಿ ಯಹೂದಿಗಳ ಪುನರಪಿ ಪ್ರತಿರೋಧದಿಂದ ಕ್ರುದ್ಧಗೊಂಡ ರೋಮನ್ ಜನರಲ್ ಹ್ಯಾಡ್ರಿಯನ್, ಜೆರುಸಲೇಮ್ ನಗರವನ್ನು ಮತ್ತೆ ನೆಲಸಮ ಮಾಡುತ್ತಾನೆ. ಯಹೂದಿಗಳು ದೇಶದೊಳಗೆ ಕಾಲಿಡದಂತೆ ಆಜ್ಞಾಪಿಸುತ್ತಾನೆ. ಅಲ್ಲಿಂದ, ಹತ್ತೂ ಕಡೆಗೆ ಯಹೂದಿಗಳ ನಿರ್ಗಮನ ಶುರುವಾಗುತ್ತದೆ. ಪ್ರಪಂಚದಾದ್ಯಂತ ಯಹೂದಿಗಳು ಅಲ್ಲಲ್ಲಿ ಪಸರಿಸಿಕೊಳ್ಳುತ್ತಾರೆ. ಮತ್ತೆ 20ನೇ ಶತಮಾನದಲ್ಲಿ ವಿಶ್ವಸಂಸ್ಥೆ ಇಸ್ರೇಲ್ ದೇಶವನ್ನು ಘೋಷಿಸುವುದು, ವಿಶ್ವದ ಯಹೂದಿಗಳು ತಮ್ಮ ತಾಯ್ನಾಡೊಂದನ್ನು ಪಡೆದುಕೊಳ್ಳುವುದು ಇತಿಹಾಸದ ಸಾಹಸಗಾಥೆ.

ಕ್ರಿ.ಶ. 4ನೇ ಶತಮಾನದ ಆದಿಯಲ್ಲಿ ರೋಮನ್ ದೊರೆ ಕಾನ್‌ಸ್ಟಾಂಟೀನ್ ಕ್ರೈಸ್ತ ಧರ್ಮವನ್ನು ಅಪ್ಪಿಕೊಳ್ಳುವುದರೊಂದಿಗೆ ಜೆರುಸಲೇಮ್‌ನಲ್ಲಿ ಬೈಜಾಂಟಿಯನ್ ಯುಗ ಪ್ರಾರಂಭವಾಗುತ್ತದೆ. ಕ್ರಿಸ್ತನ ಸಮಾಧಿಯೇ ಕೇಂದ್ರ ಆಕರ್ಷಣೆಯಾಗಿ ಪವಿತ್ರ ನಗರವೆನಿಸಿಕೊಳ್ಳುತ್ತದೆ. ಕ್ರಿ.ಶ. 614ರಲ್ಲಿ ಪರ್ಶಿಯನ್ ದೊರೆ ಕೊಸ್ರೊ-2ನ

ದಾಳಿಯಿಂದ ಕ್ರಿಸ್ತನ ಸಮಾಧಿಯೂ ನಾಶವಾಗುತ್ತದೆ. 24 ವರ್ಷಗಳ ನಂತರ ಓಮರ್ ಮತ್ತೆ ದಾಳಿ ಮಾಡಿ ಜೆರುಸಲೇಮ್‌ನಲ್ಲಿ ಮುಸ್ಲಿಮ್ ಅಧಿಪತ್ಯವನ್ನು ಸ್ಥಾಪಿಸುತ್ತಾನೆ. ಅಲ್ಲಿಂದ 4 ಶತಮಾನಗಳ ಕಾಲ ಕ್ರೈಸ್ತರ ಪವಿತ್ರನಗರ, ಇಸ್ಲಾಂ ಚಹರೆಯನ್ನು ಪಡೆದುಕೊಳ್ಳುತ್ತದೆ. ಕುರಾನಿನ ಪ್ರಕಾರ, ಪ್ರವಾದಿ ಮಹಮ್ಮದರಿಗಿಂತ ಮೊದಲು ಅಬ್ರಹಾಂ (ಇಬ್ರಾಹಿಮ್), ಡೇವಿಡ್ (ದಾವೂದ್) ಮತ್ತು ಸೊಲೋಮನ್ (ಸುಲೈಮಾನ್) ಗತಿಸಿಹೋದ ಪ್ರವಾದಿಗಳು. ಇದೇ ಸ್ಥಳದಲ್ಲಿ ಅಬ್ರಹಾಂ ತನ್ನ ಮಗ ಐಸಾಕ್‌ನನ್ನು ಬಲಿಯಾಗಿ ಅರ್ಪಿಸಿದನೆಂದು ಯಹೂದಿಗಳು ನಂಬುವುದರಿಂದ ಇದು ಅವರಿಗೂ ಪವಿತ್ರಸ್ಥಳವಾಗಿದೆ. ಹಾಗಾಗಿ ಇಸ್ಲಾಂ ಸ್ಮಾರಕವಾಗಿದ್ದರೂ, ಮಸೀದಿಯ ಕೀಲಿಕೈ ಇಂದಿಗೂ ಯಹೂದಿಗಳ ಹತ್ತಿರವಿದೆ! ಟೆಂಪಲ್ ಮೌಂಟ್‌ನ ಮೇಲೆ ಕಟ್ಟಲಾಗಿರುವ Dome of the Rock ಮತ್ತು ಅಲ್-ಅಸ್ತ್ರ ಮಸೀದಿಯಿದೆ. ಇಲ್ಲಿ ಮಹಮದ್ ತಮ್ಮ ಕೊನೆಯ ಪ್ರಾರ್ಥನೆಯನ್ನು ಮುಗಿಸಿ ಸ್ವರ್ಗಾರೋಹಣ ಮಾಡಿದರು. ಆದ್ದರಿಂದ ಇದು ಜಗತ್ತಿನಾದ್ಯಂತ ಮುಸಲ್ಮಾನರಿಗೆ ಮೆಕ್ಕಾ ಮತ್ತು ಮದೀನಗಳ ನಂತರ ಪವಿತ್ರ ಕ್ಷೇತ್ರವಾಗಿದೆ. ಇನ್ನೊಂದು ನಂಬಿಕೆಯಂತೆ, ಮಹಮ್ಮದರ ಪೂರ್ವ ಪ್ರವಾದಿಗಳ ಮೂಲಸ್ಥಾನ ಇದೇ ಎಂಬ ನಂಬಿಕೆಯಿಂದ ಮೆಕ್ಕಾ ಮದೀನಗಳಿಗಿಂತ ಮುಂಚೆ ಇದೇ ಪವಿತ್ರ ಕ್ಷೇತ್ರವಾಗಿತ್ತೆಂದೂ ಮುಸಲ್ಮಾನರು ನಂಬುತ್ತಾರೆ.

ಕ್ರೈಸ್ತ ಧರ್ಮದಲ್ಲಿ ಕ್ರುಸೇಡರ್‌ಗಳಿಗೆ ಸಂಬಂಧಪಟ್ಟಂತೆಯೇ ಒಂದು ಘೋರ ಅಧ್ಯಾಯವಿದೆ. ಇವರು 1099ರಲ್ಲಿ ಯುರೋಪ್‌ನಿಂದ ಪವಿತ್ರ ಕ್ರೈಸ್ತ ಸ್ಥಳಾವಶೇಷಗಳನ್ನು ಮುಕ್ತಗೊಳಿಸಲೆಂದು ಬರುತ್ತಾರೆ. ಪವಿತ್ರ ಸಮಾಧಿಯೂ ಸೇರಿದಂತೆ ಅನೇಕ ದೇವಾಲಯಗಳ ಪುನರ್‌ನಿರ್ಮಾಣವನ್ನು ಕೈಗೊಳ್ಳುತ್ತಾರೆ. ಮತ್ತೆ ಒಂದು ಶತಮಾನದ ಕಾಲ ಜೆರುಸಲೇಮ್ ಚರ್ಚ್‌ಗಳ, ಕ್ರಿಸ್ತ ದೇವಾಲಯಗಳ ನಗರವಾಗಿ ಮಾರ್ಪಾಡಾಗುತ್ತದೆ. ಮತ್ತೊಮ್ಮೆ ಇದು ಮುಸಲ್ಮಾನರ ಕೈವಶವಾಗುತ್ತದೆ. ಹೀಗೆ ಧರ್ಮಗಳನ್ನು ಹೆತ್ತು ಪಾವಿತ್ರ್ಯವನ್ನು ಪಡೆದುಕೊಂಡದ್ದಕ್ಕಾಗಿಯೇ ಈ ನಗರ ಮತ್ತೆ ಮತ್ತೆ ದೌರ್ಜನ್ಯಕೊಳ್ಳಗಾಗಿದೆ. 19ನೇ ಶತಮಾನದ ಮಧ್ಯಭಾಗದಲ್ಲಿ ಈ ನಗರದ ಜನಸಂಖ್ಯೆ ಕೇವಲ 11,000ಕ್ಕೆ ಇಳಿಯಿತು ಮತ್ತು ಬಡತನ, ಅನಕ್ಷರತೆ, ರೋಗರುಜಿನಗಳಿಂದ ನರಳುತಿತ್ತು ಎಂದರೆ ಈ ಶಾಂತಿಯ ನಗರವನ್ನು ಕಾಡಿದ ಧಾರ್ಮಿಕ ಶಕ್ತಿಗಳ ಕಿಚ್ಚು ಎಷ್ಟರಮಟ್ಟಿಗೆ ಹೊತ್ತಿ ಉರಿದಿರಬಹುದೆಂದು ಊಹಿಸಲು ಸಾಧ್ಯ.

ಯುದ್ಧ ಮತ್ತು ಕ್ರಾಂತಿ ಇತಿಹಾಸದಲ್ಲಿ ಕತ್ತಲೆಯನ್ನು, ಒಮ್ಮೊಮ್ಮೆ ಬೆಳಕನ್ನು ನಾಗರಿಕ ಜನಾಂಗಕ್ಕೆ ನೀಡಿರುವುದು ಕಂಡುಬರುತ್ತದೆ. ಕ್ರೇಮಿಯನ್ ಯುದ್ಧ ವಾದ ಮೇಲೆ ಈ ಪವಿತ್ರ ಭೂಮಿ ಮತ್ತೆ ಕಂಗೊಳಿಸಲು ಆರಂಭಿಸಿತು. ಆ ನಂತರ ತುರ್ಕರ ಆಡಳಿತದಲ್ಲಿದ್ದ ಜೆರುಸಲೇಮ್ ನಗರವನ್ನು ಬ್ರಿಟಿಷ್ ಒಪ್ಪಂದದಂತೆ 1917ರಲ್ಲಿ ಬಿಡುಗಡೆಗೊಳಿಸಲಾಗುತ್ತದೆ. 1948ರಲ್ಲಿ ವಿಶ್ವಸಂಸ್ಥೆಯ

ಪತ್ನಿ ಭಾಗ್ಯ ಅವರೊಂದಿಗೆ ಯೂರೋಪ್ ಪ್ರವಾಸದಲ್ಲಿ.

ಸೇತುವೆಗೆ ಉಕ್ಕಿನ ಸರಪಳಿಯಿಂದಾದ ತಡೆಗೋಡೆಗಳಿವೆ. ಮುರ್ ನದಿಯ ಸೇತುವೆಗಳು ಎಲ್ಲ ಸೇತುವೆಗಳಂತಲ್ಲ. ಅದೇ ಅಲ್ಲಿನ ವೈಚಿತ್ರ್ಯ. ಅವು ಪ್ರೇಮಿಗಳಿಗೆ ರಕ್ಷಕರಾಗಿ ನಿಲ್ಲಬಲ್ಲವು. ಅಭಯಹಸ್ತ ನೀಡಬಲ್ಲವು.

ಪಾಶ್ಚಾತ್ಯರು ಪ್ರೇಮದ ವಿಷಯದಲ್ಲಿ ಕನಿಷ್ಠರು ಎಂದೇ ನಮ್ಮ ಕಲ್ಪನೆ. ತಲೆಯಿಂದ ಹ್ಯಾಟು ಕೆಳಗೆ ಬಿದ್ದರೆ ಸಾಕು, ಪ್ರೇಮಿಗೆ ಬೈ ಬೈ ಹೇಳುತ್ತಾರೆ. ಹೃದಯ ಸಂಬಂಧಕ್ಕೆ ಅವರಲ್ಲಿ ಅಷ್ಟೇನು ಮಹತ್ವವಿಲ್ಲ ಎಂದೆಲ್ಲ ಹರಟುತ್ತೇವೆ. ಆದರೆ ಗ್ರಾಜ್ ನಗರದಲ್ಲಿ 'ಮುರ್' ನದಿಯ ಸೇತುವೆ ಮೇಲೆ ನಿಂತು ನೋಡಿದರೆ ಹಾಗನಿಸುವುದಿಲ್ಲ. ಆ ಉಕ್ಕಿನ ಸರಪಳಿಯ ತಡೆಗೋಡೆಗಳ ತುಂಬಾ ಸಣ್ಣ, ದೊಡ್ಡ ಬೀಗಗಳು ನೇತಾಡುತ್ತವೆ. ಅವು ಪ್ರೇಮಿಗಳು ಹಾಕಿದ ಬೀಗಗಳಂತೆ! ಅದು ಯಾತಕ್ಕೆಂದು ತಿಳಿದಾಗ ಸಖೇದಾಶ್ಚರ್ಯವಾಯಿತು. ಪ್ರೇಮಿಗಳು ತಮ್ಮ ಪ್ರೇಮ ಜೀವನಪೂರ್ತಿ ಭದ್ರವಾಗಿರಲೆಂದು ಹಾಕಿದ ಬೀಗಗಳು ಅವು.

ಇದನ್ನು ಅಸಲಿ ಪ್ರೇಮವಲ್ಲ, ನೈಜ ಪ್ರೀತಿಯಲ್ಲ ಎನ್ನಲು ಸಾಧ್ಯವೇ? ದೂರದೂರುಗಳಿಂದ ಅಲ್ಲಿಗೆ ಬರುವ ಪ್ರೇಮಿಗಳು ಒಂದು ಬೀಗವನ್ನು ಜತೆಗೆ ತರುತ್ತಾರೆ. ತಮ್ಮ ಪ್ರೀತಿ ಶಾಶ್ವತವಾಗಿರಲಿ ಎಂದು ಪ್ರಾರ್ಥಿಸಿ ತಡೆಗೋಡೆಯ ಸರಪಳಿಗೆ ಬೀಗ ಹಾಕಿ ಬೀಗದ ಕೀಲಿಕೈಯನ್ನು ಮುರ್ ನದಿಗೆ ಎಸೆದು ಬಿಡುತ್ತಾರೆ. ಅಷ್ಟು ರಭಸವಾಗಿ ಹರಿಯುವ ನದಿಯು ಕೀಯನ್ನೂ ಸ್ವರ್ಗಕ್ಕೆ ಒಯ್ದು ಸುರಕ್ಷಿತವಾಗಿ ಇಟ್ಟುಕೊಳ್ಳುತ್ತದೆ ಎಂಬ ನಂಬಿಕೆಯಿರಬೇಕು! ಪ್ರೇಮಿಗಳಷ್ಟೇ ಅಲ್ಲ ಹೊಸದಾಗಿ ಮದುವೆಯಾದ ದಂಪತಿಗಳೂ ಹಾಗೆ ಮಾಡುತ್ತಾರೆ ಎಂದು ಕೇಳಿದೆ. ಪ್ರೀತಿಯ

ಅದಮ್ಯ ಬಯಕೆಯೆಂದರೆ ಉಳಿಯುವುದು, ನೆಲೆಕಂಡುಕೊಳ್ಳುವುದೇ ಅಲ್ಲವೆ? ಜಗತ್ತಿನಾದ್ಯಂತ ಮಾನವನ ಮೂಲ ತುಡಿತ ಒಂದೇ ಆದರೂ, ವಾಡಿಕೆಯಿಂದ ಸ್ವಲ್ಪ ಬದಲಾವಣೆ ಕಾಣಿಸಿಕೊಳ್ಳುತ್ತದೆ ಅನಿಸುತ್ತದೆ. ಗ್ರಾಜ್ ನಗರದ ಆಕರ್ಷಣೆ ಮುರ್ ನದಿ ಅಷ್ಟೇ ಅಲ್ಲ, ಅಲ್ಲಿರುವ ಅರ್ನಾಲ್ಡ್ ಸ್ಕ್ವಾರ್ಜೆನ್ನಗರ್‌ನ ಮನೆ. ಅವನು ಬಿಯರ್ ಚಪ್ಪರಿಸುತ್ತಿದ್ದ ಪಬ್‌ಗಳಿಂದಲೂ ಪ್ರಸಿದ್ಧಿ ಪಡೆದಿದೆ.

ಇಸ್ತಾಂಬುಲ್ ನಗರ

ಟರ್ಕಿ ಕೋಳಿಯ ಬಗ್ಗೆ ಕೇಳಿದ್ದೆ. ಹೆಚ್ಚು ಮಾಂಸ ಕೊಡುವ ಮಜಬೂತಾದ ಮೈತುಂಬಾ ತುಪ್ಪಟವಿರುವ ಕೋಳಿ ಅದು. ಹಾಗೆಯೆ ಟರ್ಕಿ ಟವೆಲ್; ಮೈ ತುಂಬಿಸಿಕೊಳ್ಳುವ, ನೀರನ್ನು ಜರ್‍ರನೆ ಹೀರಿಕೊಳ್ಳುವ, ತುಪ್ಪಟವಿರುವ ಟವಲು. ಈ ಬಾರಿ ಟರ್ಕಿ ದೇಶಕ್ಕೆ ಹೋಗಬೇಕಾಗಿ ಬಂದಾಗ ಇವೆರಡು ನೆನಪಿಗೆ ಬಂದದ್ದು ಸಹಜವೆ. ಪಶ್ಚಿಮ ಏಷಿಯಾ ಧರ್ಮಗಳ ಗಂಗೋತ್ರಿ ಎನಿಸಿದಂತೆಯೆ ವಾಯವ್ಯ ಏಷಿಯಾ ಮತ್ತು ಪಶ್ಚಿಮ ಭಾಗದ ಯುರೋಪು ನಾಗರಿಕತೆಯ ಗಂಗೋತ್ರಿಯಂತೆ ಕಾಣಿಸುತ್ತವೆ. ಈಜಿಪ್ಟ್, ರೋಮ್, ಗ್ರೀಸ್, ಕಾನ್‌ಸ್ಟಾಂಟಿನೋಪಲ್ ಈ ಹೆಸರುಗಳನ್ನು ಕೇಳಿದರೆ ಮೈ ರೋಮಾಂಚನಗೊಳ್ಳುತ್ತದೆ. ಭಾರತದ ಚರಿತ್ರೆಯ ವಿದ್ಯಾರ್ಥಿಗೆ ಏಷಿಯಾ ಮೈನರ್ ಅತ್ಯಂತ ಪರಿಚಿತ ಪದ. ಸಿಂಧೂ ಕಣಿವೆಗೆ ಬಂದು ನೆಲೆಗೊಂಡ ಆರ್ಯರು ಅಲ್ಲಿಂದಲೇ ಹೊರಟು ಬಂದರು ಎಂಬುದನ್ನು ಇತಿಹಾಸ ಹೇಳುತ್ತದೆ. ಆದ್ದರಿಂದ ಭಾರತ ಮತ್ತು ಟರ್ಕಿಯ ಸಂಬಂಧ ಜನಾಂಗೀಯವಾಗಿ ಹತ್ತಿರದ್ದಾಗಿದೆ.

ಟರ್ಕಿ 1923ರಲ್ಲಿ ಸ್ವತಂತ್ರ ರಾಷ್ಟ್ರವಾಗಿ ಅಸ್ತಿತ್ವಕ್ಕೆ ಬಂದಿತು. ಅದಕ್ಕೂ ಮುಂಚೆ ಇದನ್ನು ಒಟ್ಟಾಮ್‌ನ ದೊರೆಗಳು ಆಳುತ್ತಿದ್ದರು. ಮೊದಲ ಮಹಾಯುದ್ಧದಲ್ಲಿ ಅಂದಿನ ಒಟ್ಟಾಮನ್ ದೊರೆ ಜರ್ಮನಿಯ ಪಾಳೆಯವನ್ನು ಸೇರಿ ಸೋತು ಸಾಮ್ರಾಜ್ಯವನ್ನು ಕಳೆದುಕೊಂಡ. ಆಗ ಟರ್ಕಿಯ ಸ್ಥಾಪನೆಗೆ ಹೋರಾಡಿದವನೇ ಮಿಲಿಟರಿ ಕಮಾಂಡರ್ ಆಗಿದ್ದ ಕೆಮಾಲ್ ಪಾಷಾ ಈತನೇ ಟರ್ಕಿ ದೇಶದ

ಸಂಸ್ಥಾಪಕ. ಮುಸ್ತಾಫಾ ಕೆಮಾಲ್ ಪಾಷಾರಿಗೆ ಟರ್ಕಿಯ ಜನ ರಾಷ್ಟ್ರಪಿತನ ಸ್ಥಾನವನ್ನು ನೀಡಿ, ಅತ್ಯಂತ ಗೌರವಾದರದಿಂದ ಆರಾಧಿಸುತ್ತಾರೆ. ಈತನನ್ನು ಅಟಾಟುರ್ಕ (ತುರ್ಕರ ತಂದೆ) ಎಂದು ಸಹಾ ಕರೆಯುತ್ತಾರೆ.

ಸುಮಾರು 7 ಕೋಟಿ ಜನಸಂಖ್ಯೆಯಿರುವ ಟರ್ಕಿ, ಏಷಿಯಾ ಮತ್ತು ಯುರೋಪ್ ಎರಡು ಖಂಡಗಳಲ್ಲಿ ಹಂಚಿ ಹೋಗಿ ಎರಡೂ ಸಂಸ್ಕೃತಿಗಳನ್ನು ಮೇಳೈಸಿಕೊಂಡಿದೆ. ಅಲ್ಲಿನ ಶೇಕಡ 99ರಷ್ಟು ಜನ ಮುಸ್ಲಿಮರು. ಆದರೂ ಉಡುಗೆ, ತೊಡುಗೆ, ಊಟ, ಹಾಡು, ಕುಣಿತ ಇವುಗಳಲ್ಲಿ ಯುರೋಪನ್ನೇ ಅನುಸರಿಸುತ್ತಾರೆ. ದೇಶಾದಾದ್ಯಂತ ಸುಮಾರು 73,000 ಮಸೀದಿಗಳಿವೆ. ಇಸ್ತಾಂಬುಲ್ ನಗರವೊಂದರಲ್ಲೇ 3000 ಮಸೀದಿಗಳಿವೆ.

ಈ ದೇಶ ಯುರೋಪಿಯನ್ ಒಕ್ಕೂಟದ ಸದಸ್ಯ ಕೂಡ. ಇಲ್ಲಿ ಎರಡು ಕರೆನ್ಸಿಗಳು– ಟರ್ಕಿಷ್‌ನ ಲೀರಾ ಮತ್ತು ಯೂರೋ ಚಲಾವಣೆಯಲ್ಲಿವೆ. ಮಾತೃಭಾಷೆ ಟರ್ಕಿಷ್ ಆದರೂ ಇಂಗ್ಲಿಷ್ ಅನ್ನು ನಿರರ್ಗಳವಾಗಿ ಮಾತನಾಡುತ್ತಾರೆ. ಸಾಕ್ಷರತೆ ಶೇ. 87.4ರಷ್ಟಿದ್ದು, ವಾರ್ಷಿಕ ತಲಾ ಆದಾಯ ಸುಮಾರು 13,000 ಡಾಲರ್ ಇದೆ. ಅಂದರೆ ಇಂಡಿಯಾದ ತಲಾ ಆದಾಯಕ್ಕಿಂತ 14 ಪಟ್ಟು ಹೆಚ್ಚಾಗಿದೆ.

ಇಸ್ತಾಂಬುಲ್ ನಗರಕ್ಕೆ ಒಂದು ರೋಚಕ ಇತಿಹಾಸವಿದೆ. ಪ್ರಪಂಚದ ಅತ್ಯಂತ ಪ್ರಾಚೀನ ನಗರಗಳಲ್ಲಿ ಇಸ್ತಾಂಬುಲ್ ಒಂದು. ಈ ನಗರವನ್ನು ಆಕ್ರಮಿಸಿಕೊಂಡು ಆಳಿ, ಅಳಿದ ನಾಗರಿಕತೆಗಳ ಸಂಖ್ಯೆ 29 ಎಂದು ಹೇಳುತ್ತಾರೆ. ಇದರ ಪೂರ್ವದ ಹೆಸರು ಬೈಜಾಂಟಿಯಾ ಎಂದು. ರೋಮನ್ ದೊರೆ ಕಾನ್‌ಸ್ಟಾಂಟೈನ್, ಈ ನಗರವನ್ನು ವಶಪಡಿಸಿಕೊಂಡಾಗ ಬೈಜಾಂಟಿಯಾ ಕಾನ್‌ಸ್ಟಾಂಟಿನೋಪಲ್ ಆಯಿತು. ನಂತರ ಸುಮಾರು 15ನೇ ಶತಮಾನದಲ್ಲಿ ಒಟ್ಟಾಮನ್ ದೊರೆಗಳ ಆಡಳಿತಕ್ಕೆ ಬಂದಾಗ ಕಾನ್‌ಸ್ಟಾಂಟಿನೋಪಲ್ ಇಸ್ತಾಂಬುಲ್ ಆಗುತ್ತದೆ. ರೋಮನ್ ದೊರೆಗಳ ಕಾಲದಲ್ಲಿ ಕ್ರೈಸ್ತವಾಗಿದ್ದ ನಗರ, ಒಟ್ಟಾಮನ್ ದೊರೆಯ ಕಾಲಕ್ಕೆ ಇಸ್ಲಾಂ ಆಯಿತು.

ಇಸ್ತಾಂಬುಲ್ ಎರಡು ಖಂಡಗಳಲ್ಲಿ ನೆಲೆಸಿರುವ ಜಗತ್ತಿನ ಏಕೈಕ ನಗರ ಎಂದು ಪ್ರಸಿದ್ಧಿಯಾಗಿದೆ. 37 ಮೈಲುಗಳ ಉದ್ದ ಚಾಚಿರುವ ಬೋಸ್ಫರಸ್ ಕಾಲುವೆ ಎರಡು ಖಂಡಗಳನ್ನು ಬೇರ್ಪಡಿಸಿ ನಗರವನ್ನು ಇಬ್ಭಾಗವಾಗಿಸುತ್ತದೆ. ಉತ್ತರಕ್ಕೆ ಕಪ್ಪು ಸಮುದ್ರವನ್ನು, ದಕ್ಷಿಣಕ್ಕೆ ಮರ್ಮರ ಸಮುದ್ರವನ್ನು, ಬೆಸೆಯುವ ಈ ಕಾಲುವೆ ಮಧ್ಯ ಏಷಿಯಾ ಮತ್ತು ಯುರೋಪಿನ ವಾಣಿಜ್ಯ ವ್ಯವಹಾರಗಳ ಸಂಪರ್ಕ ಸೇತುವೆಯಾಗಿದೆ. ಈ ಕಾಲುವೆಗೆ ಅಡ್ಡಲಾಗಿರುವ 'ಅಟಾಟುರ್ಕ' ಅಥವಾ 'ಬೋಸ್ಫರಸ್ ಸೇತುವೆ' ನಗರದ ಯುರೋಪ್ ಮತ್ತು ಏಷಿಯಾ ಭಾಗಗಳಿಗೆ ಸಂಪರ್ಕ ಕಲ್ಪಿಸುತ್ತದೆ. ಈ ಎರಡು ತೀರಗಳಲ್ಲಿ ಕಟ್ಟಲಾಗಿರುವ ಅರಮನೆಗಳ, ಸ್ಮಾರಕಗಳ ವಾಸ್ತುವೈಭವ ಮನಮೋಹಕವಾಗಿವೆ. ಅದರಲ್ಲೂ ರಾತ್ರಿ

ವೇಳೆಯ ದೋಣಿ ವಿಹಾರದಲ್ಲಿ ಸ್ಮಾರಕಗಳು ವಿದ್ಯುತ್ ಬೆಳಕಿನ ಸ್ಪರ್ಶದೊಂದಿಗೆ ಕಣ್ಮನ ಸೆಳೆಯುತ್ತವೆ.

ಇಸ್ತಾಂಬುಲ್ ನಗರದ ಜನಸಂಖ್ಯೆ 14 ಮಿಲಿಯನ್ ಎಂದು ಹೇಳುತ್ತಾರೆ. ಪ್ರಪಂಚದಲ್ಲಿಯೇ ಅತ್ಯಂತ ವೇಗವಾಗಿ ಬೆಳೆಯುತ್ತಿರುವ ನಗರ ಇದು. ವಾರ್ಷಿಕ ಶೇ.5ರಷ್ಟು ಬೆಳವಣಿಗೆ ಇದೆ. ಹಳೆಯ ಇಸ್ತಾಂಬುಲ್‌ನಲ್ಲಿ ರಸ್ತೆಗಳು ನಮ್ಮ ಬೆಂಗಳೂರಿನಂತೆಯೇ ಇದ್ದರೂ, ಟ್ರಾಮ್‌ಗಳು ಮತ್ತು ಬಸ್‌ಗಳು ಒಟ್ಟೊಟ್ಟಾಗಿ ಓಡಾಡುವುದು ಆಶ್ಚರ್ಯವೆನಿಸುತ್ತದೆ. ಇವುಗಳ ಜೊತೆಗೆ ನಗರ ಸಾರಿಗೆ ರೈಲು, ದೋಣಿ ಹಾಗೂ ಟ್ಯಾಕ್ಸಿಗಳನ್ನು ಒಳಗೊಂಡು ಸಂಚಾರ ಸುಗಮವಾಗಿದೆ. ಹಾಗಾಗಿ ಟ್ರಾಫಿಕ್‌ಜಾಮ್‌ಗಳು ಬಹಳ ಕಡಿಮೆ. ಇಸ್ತಾಂಬುಲ್, ಹಮಾಮ್‌ಗಳಿಗೆ ಅಂದರೆ ಸ್ನಾನಗೃಹಗಳಿಗೆ ಪ್ರಸಿದ್ಧವಾಗಿದೆ. ನಮ್ಮ ಕೇರಳದ ಆಯುರ್ವೇದ ಪದ್ಧತಿಯ ಮಸಾಜ್ ಕೇಂದ್ರಗಳನ್ನು ಹೋಲುವ ಟರ್ಕಿ ಹಮಾಮ್‌ಗಳನ್ನು ಇಸ್ತಾಂಬುಲ್‌ಗೆ ಭೇಟಿ ಕೊಟ್ಟವರು ತಪ್ಪಿಸಿಕೊಳ್ಳುವುದಿಲ್ಲ. ಇಸ್ತಾಂಬುಲ್ ನಗರದಲ್ಲಿ 100ಕ್ಕೂ ಹೆಚ್ಚು ಪ್ರೇಕ್ಷಣೀಯ ಸ್ಥಳಗಳಿವೆಯೆಂದು ಹೇಳುತ್ತಾರೆ. ಅವುಗಳಲ್ಲಿ ಮುಖ್ಯವಾದ ಕೆಲವು ಸ್ಥಳಗಳ ಪರಿಚಯ ಹೀಗಿದೆ.

ಹಾಘಿಯಾ ಸೋಫಿಯ

ಇಸ್ತಾಂಬುಲ್‌ನಲ್ಲಿರುವ ಮ್ಯೂಸಿಯಂಗಳೆಲ್ಲವು ಒಂದು ಕಾಲದಲ್ಲಿ ಚರ್ಚ್‌ಗಳಾಗಿದ್ದವು. ನಂತರ ಮಸೀದಿ ಆಗಿ, ಈಗ ಮ್ಯೂಸಿಯಂಗಳಾಗಿವೆ. ಅಂಥವುಗಳಲ್ಲಿ ಹಾಘಿಯಾ ಸೋಫಿಯ ಅತ್ಯಂತ ಪವಿತ್ರವಾದ ಸ್ಥಳವೆಂದು ಕರೆಯಲ್ಪಡುವ ವಾಸ್ತು ವೈಭವವುಳ್ಳ ಮೇರು ಕಟ್ಟಡ. ಬೈಜಾಂಟೈನ್ ಕಾಲದ ಈ ರೋಮನ್ ಸ್ಮಾರಕ 537ನೇ ಇಸವಿಯಲ್ಲಿ ಕಟ್ಟಲ್ಪಟ್ಟಿದೆ. ಅಲ್ಲಿಂದ ಸುಮಾರು 916 ವರ್ಷಗಳ ಕಾಲ

ಅದು ಚರ್ಚ್ ಆಗಿ ಉಳಿದಿತ್ತು. ಮುಸ್ಲಿಂ ಆಕ್ರಮಣದ ನಂತರ ಸುಮಾರು 481 ವರ್ಷಗಳ ಕಾಲ ಪರಿವರ್ತಿತ ಮಸೀದಿಯಾಯಿತು. ಸದ್ಯ ಈಗ ರಾಷ್ಟ್ರೀಯ ಸ್ಮಾರಕವಾಗಿ ವಿಜೃಂಭಿಸುತ್ತಿದೆ.

ಬ್ಲ್ಯೂ ಮಾಸ್ಕ್

ಈ ನೀಲಿ ಮಸೀದಿಯನ್ನು ಸುಲ್ತಾನ್ ಅಹಮೆದ್ ಮಸೀದಿ ಎಂದೂ ಕರೆಯುತ್ತಾರೆ. ಇದನ್ನು 14ನೇ ಒಟ್ಟಾಮನ್ ಸುಲ್ತಾನನು 1603ರಿಂದ 1617ರವರೆಗೆ ಕಟ್ಟಿಸಿದ. ಈ ಮಸೀದಿಯು ಮದರಸಾ, ಅಸ್ಪತ್ರೆ, ಮಾರುಕಟ್ಟೆ, ಶಾಲೆ, ಸಂಗ್ರಹಾಲಯ ಎಲ್ಲವನ್ನೂ ಒಳಗೊಂಡಿದೆ. ನಗರಕ್ಕೆ ಕಳಸವಿಟ್ಟಂತಿರುವ ಈ ವಾಸ್ತುಶಿಲ್ಪವನ್ನು ನೋಡಲು ಎರಡು ಕಣ್ಣುಗಳು ಸಾಲದು. ಇದರ ಒಳಾಂಗಣದ ವಿಸ್ತೀರ್ಣ ಎಷ್ಟು ದೊಡ್ಡದಾಗಿದೆ ಎಂದರೆ, ಸುಲ್ತಾನ್ ಪಾರ್ಥನೆಗೆ ಬರುವಾಗ ಮಸೀದಿಯ ಒಳಗಡೆ ಬರಲು ಕುದುರೆಯ ಮೇಲೆ ಬರುತ್ತಿದ್ದನಂತೆ. ಸ್ವಲ್ಪದೂರ ಬಂದ ನಂತರ ಸಾಮಾನ್ಯರ ಜೊತೆ ನಡೆದು ಹೋಗುತ್ತಿದ್ದನಂತೆ. ಮಸೀದಿಯ ಸುತ್ತಲು ಇರುವ ಬೃಹತ್ತಾದ 6 ಮಿನಾರ್‌ಗಳು ಆಕಾಶವನ್ನು ಚುಂಬಿಸುತ್ತಿವೆ. ಮಸೀದಿಗೆ 260 ಕಿಟಕಿಗಳಿವೆ ಎಂದರೆ, ಅದರ ಅಗಾಧವಾದ ಗಾತ್ರವನ್ನು ಊಹಿಸಿಕೊಳ್ಳಬಹುದು.

ಟಾಪ್‌ಕಾಪಿ ಅರಮನೆ

ಟಾಪ್‌ಕಾಪಿ ಅರಮನೆ ಸುಮಾರು 400 ವರ್ಷಗಳ ಕಾಲ ಒಟ್ಟಾಮನ್ ಸಾಮ್ರಾಜ್ಯದ ಆಡಳಿತ ಕೇಂದ್ರವಾಗಿತ್ತು. ಯುರೋಪಿನ ಮಹತ್ವದ ಐತಿಹಾಸಿಕ ಸ್ಥಳಗಳಲ್ಲಿ ಇದೂ ಒಂದು. ಅರಮನೆಯ ಸುತ್ತಲು 5 ಕಿ.ಮೀ. ಗೋಡೆ ಆವರಿಸಿದೆ. ಅಂದರೆ ಇದರ ಬೃಹದಾಕಾರವನ್ನು ಊಹಿಸಬಹುದು. ಅರಮನೆಯ ಮುಂದೆ ಬೃಹತ್ತಾದ ಫಿರಂಗಿಗಳು ಇರುವುದರಿಂದ ಇದಕ್ಕೆ ಟಾಪ್‌ಕಾಪಿ ಎಂದು ಹೆಸರು ಬಂದಿದೆ. ಟರ್ಕಿ ಬಾಷೆಯಲ್ಲಿ ಟಾಪ್ ಎಂದರೆ ದೊಡ್ಡ ಫಿರಂಗಿ. ಕಾಪಿ ಎಂದರೆ ದ್ವಾರ ಎಂದು. ಈ ಅರಮನೆಗೆ ಇಂದಿಗೂ ಪ್ರತಿದಿನ 5000 ಜನರು ಬೇಟಿ ನೀಡುತ್ತಾರೆ.

ಟರ್ಕಿಗೆ ವಿಶಿಷ್ಟವಾದ ಕಾರ್ಪೆಟ್, ಕ್ರಾಕರೀಸ್ ವೈವಿಧ್ಯಮಯವಾದ ವಸ್ತುಗಳು, ರಾಜರಾಣಿಯರು ಉಪಯೋಗಿಸುತ್ತಿದ್ದ ವಸ್ತುಗಳನ್ನು ಸಂಗ್ರಹಾಲಯದಲ್ಲಿ ಇಡಲಾಗಿದೆ. ಸುಲ್ತಾನ್ ಉಪಯೋಗಿಸುತ್ತಿದ್ದ ರತ್ನ ಖಚಿತವಾದ ಖಡ್ಗ, ಓದುತ್ತಿದ್ದ ಕುರಾನ್‌ಗಳನ್ನು ಸಹಾ ಸಂರಕ್ಷಿಸಲಾಗಿದೆ. ತುಂಬಾ ಕುತೂಹಲ ಕೆರಳಿಸಿದ ವಸ್ತುವೆಂದರೆ ಸ್ಪೂನ್‌ಮೇಕರ್ ಡೈಮಂಡ್. ಇದು ಪ್ರಪಂಚದಲ್ಲಿಯೇ ಅತಿದೊಡ್ಡ ವಜ್ರದ ಹರಳು ಎಂದು ಪ್ರಸಿದ್ಧವಾಗಿದೆ. 86 ಕ್ಯಾರಟ್ಟಿನ ಈ ವಜ್ರವು ಒಬ್ಬ ಚಮಚ ಮಾಡುವವನಿಗೆ ತಿಪ್ಪೆಗುಂಡಿಯಲ್ಲಿ ಸಿಕ್ಕಿತು. ಅದನ್ನು ಅವನು ಸುಲ್ತಾನನಿಗೆ ತಂದುಕೊಟ್ಟನೆಂದು ಪ್ರತೀತಿ. ಈ ಕಾರಣಕ್ಕಾಗಿ ಇದಕ್ಕೆ 'ಸ್ಪೂನ್‌ಮೇಕರ್ ಡೈಮಂಡ್' ಎಂಬ ಹೆಸರು ಬಂದಿದೆ.

ಸಮುದ್ರದ ಗೋಡೆ

ಇಸ್ತಾಂಬುಲ್ ನಗರದ ಇನ್ನೊಂದು ವಿಶೇಷ ಎಂದರೆ ಸಮುದ್ರದ ದಂಡೆಯಲ್ಲಿ 8.5 ಕಿ.ಮೀ. ಗೋಡೆಯನ್ನು ಕಟ್ಟಿದ್ದಾರೆ. ಈ ಎತ್ತರದ ಗೋಡೆಗಳನ್ನು ಬೈಜಾಂಟೈನ್ ಕಾಲದಲ್ಲಿಯೇ ಸಮುದ್ರದಿಂದ ರಕ್ಷಿಸಿಕೊಳ್ಳಲೆಂದು ಕಟ್ಟಿದ್ದೆಂದು ಹೇಳಲಾಗುತ್ತದೆ.

ಗ್ರ್ಯಾಂಡ್ ಬಜಾರ್

ಇಸ್ತಾಂಬುಲ್‌ನ ಜನಸಂಖ್ಯೆಯನ್ನು ಹೆಚ್ಚಿಸುವ ಸಲುವಾಗಿ ಸುಲ್ತಾನ್ ಅಹಮದ್ ತೆಗೆದುಕೊಂಡ ಅನೇಕ ಕಾರ್ಯಕ್ರಮಗಳಲ್ಲಿ ಇದೂ ಒಂದು. ತುಂಬಾ ಅಚ್ಚುಕಟ್ಟಾದ ವಿಶಾಲವಾದ (31 ಸಾವಿರ ಚದರ ಮೀಟರ್) ಈ ಮಾರುಕಟ್ಟೆಯಲ್ಲಿ 4000ಕ್ಕೂ ಹೆಚ್ಚು ಮಳಿಗೆಗಳಿವೆ.

ಸ್ಪೈಸ್ ಬಜಾರ್

ಹೆಸರೇ ಸೂಚಿಸುವಂತೆ ಸಂಬಾರ ಪದಾರ್ಥಗಳ ವಹಿವಾಟು ಈ ಮಾರುಕಟ್ಟೆಯಲ್ಲಿ ನಡೆಯುತ್ತದೆ. ಟರ್ಕ್‌ಮನ್ನರಿಗೆ ಅತಿಪ್ರಿಯವಾದ ಆಪಲ್ ಟೀ ಸಹಾ ಲಭ್ಯವಾಗುತ್ತದೆ.

ಗಲಾಟ ಗೋಪುರ

ಇದನ್ನು ಕ್ರಿಸ್ತಗೋಪುರವೆಂದು ಸಹಾ ಕರೆಯುತ್ತಾರೆ. ಟರ್ಕಿಯ ಸಂಸ್ಥಾಪಕ ಮುಸ್ತಫಾ ಕೆಮಾಲ್ ಅಟಾಟುರ್ಕ್ ಅವರ ಹೆಸರಿನಲ್ಲಿ ಇರುವ ಬಹುದೊಡ್ಡ ಸಂಗ್ರಹಾಲಯ ನೋಡಲೇಬೇಕಾದ ಇತರ ಸ್ಮಾರಕಗಳು.

ಎಲ್ಲಕ್ಕೂ ಮಿಗಿಲಾಗಿ ಅಟಾಟುರ್ಕ್ ಸೇತುವೆಯನ್ನು ದಾಟುವುದು ಒಂದು ರೋಮಾಂಚನಕಾರಿ ಅನುಭವ. ಏಕೆಂದರೆ ಅದು ಖಂಡಾಂತರ ಸೇತುವೆ. ಕಪ್ಪು ಸಮುದ್ರವನ್ನು, ಮರ್ಮರ ಸಮುದ್ರವನ್ನು ಬೆಸೆಯುವ ಕಾಲುವೆ ಮೇಲೆ ಕಟ್ಟಲಾಗಿರುವ ಅಟಾಟುರ್ಕ್ ಸೇತುವೆ ಯುರೋಪ್ ಮತ್ತು ಏಷಿಯ ಖಂಡಗಳನ್ನು ಬೆಸೆಯುತ್ತದೆ. ಇದಕ್ಕೆ ಇರಬೇಕು ನೆಪೋಲಿಯನ್ ಬೋನಾಪಾರ್ಟೆ 'ಭೂಮಿಯು ಒಂದೇ ರಾಜ್ಯವಾಗಿದ್ದರೆ, ಇಸ್ತಾಂಬುಲ್ ಅದರ ರಾಜಧಾನಿಯಾಗಿರುತ್ತಿತ್ತು' ಎಂದು ಹೇಳಿ ಮೆಚ್ಚುಗೆ ವ್ಯಕ್ತಪಡಿಸಿದ್ದಾನೆ.

ಧರ್ಮನಿರಪೇಕ್ಷತೆ : ಟರ್ಕಿ ಮಾದರಿ

ಧರ್ಮನಿರಪೇಕ್ಷತೆ (Secularism) ಎಂಬ ಪದಕ್ಕೆ ಶಬ್ದಕೋಶದಲ್ಲಿ 'ಧಾರ್ಮಿಕವಲ್ಲದ' ಎಂಬ ಒಂದು ಅರ್ಥವೂ ಇದೆ. ಆದರೆ ಒಂದೊಂದು ದೇಶವೂ ಈ ಪದವನ್ನು ಬೇರೆಬೇರೆ ರೀತಿಯಾಗಿ ಗ್ರಹಿಸಿಕೊಂಡಿವೆ. ಸ್ಥೂಲವಾಗಿ ಈ ಮೂರು ರೀತಿಯ ಅರ್ಥಗಳನ್ನು ಗ್ರಹಿಸಿವೆ ಎಂದು ಹೇಳಬಹುದು. (1) ಧರ್ಮಗಳನ್ನು ಸಮಾನವಾಗಿ ಪೋಷಿಸುವುದು (2) ಧರ್ಮಗಳನ್ನು ಸಮಾನ ದೂರದಲ್ಲಿಡುವುದು (3) ಧರ್ಮಗಳ ಬಗ್ಗೆ ತಟಸ್ಥವಾಗಿರುವುದು. ಭಾರತ ಮೊದಲನೇ ಗ್ರಹಿಕೆಯನ್ನು ಆಯ್ಕೆ ಮಾಡಿಕೊಂಡಿದೆ ಮತ್ತು ಅನುಸರಿಸುತ್ತಿದೆ. ತನಗೆ ತಾನೇ ತಲೆಯ ಮೇಲೆ ಮುಳ್ಳಿನ ಕಿರೀಟವನ್ನು ತೊಟ್ಟುಕೊಂಡಿದೆ.

ಬಹುಸಂಖ್ಯಾತ ಧರ್ಮ, ಅಲ್ಪಸಂಖ್ಯಾತ ಧರ್ಮವನ್ನು ಸಮಾನವಾಗಿ ನೋಡಲು ತಯಾರಿರುವುದಿಲ್ಲ. ಮೂಲಭೂತವಾದಿಗಳಿರಲಿ, ಸಾಮಾನ್ಯ ಧಾರ್ಮಿಕರಿರಲಿ, ಬಹುಸಂಖ್ಯಾತರ ಮನಸ್ಥಿತಿಗೆ ಸಮಾನತೆ! ಅದು ಹೇಗೆ ಸಾಧ್ಯ ಎನಿಸುತ್ತದೆ. ಹೀಗಾಗಿ ಭಿನ್ನಮತ, ಕಲಹ ಸದಾ ಹೊಗೆಯಾಡುತ್ತದೆ. ಧರ್ಮಕ್ಕಾಗಿ ಬಡಿದಾಡುತ್ತಾ ಬೆಂಕಿ ಹೊಂಡಗಳಂತಾಗಿರುವ ಪ್ಯಾಲೆಸ್ತೀನ್, ಇಸ್ರೇಲ್, ಸಿರಿಯಾ ಮುಂತಾದ ಪುಟ್ಟದೇಶಗಳ ಮಗ್ಗುಲಿಗೆ ಟರ್ಕಿ ಎಂಬ ದೇಶವಿದೆ. ಅದು ಪುರಾತನ ನಾಗರಿಕತೆಗೆ ಪ್ರಸಿದ್ಧವಾದುದು. ಅದೂ ಸಹ ಮುಸ್ಲಿಂ ದೇಶವೆ. ಆದರೆ ಧರ್ಮನಿರಪೇಕ್ಷತೆಯ ಅರ್ಥವನ್ನು ತಿಳಿದುಕೊಳ್ಳಲು ಆ ದೇಶವನ್ನೊಮ್ಮೆ ನುಗ್ಗಿ ಬರಬೇಕೆನ್ನಿಸುತ್ತದೆ.

ರೋಮನ್ ದೊರೆಗಳ ಆಡಳಿತದಲ್ಲಿ ಕ್ರೈಸ್ತವಾಗಿದ್ದ ಈ ಭೂಭಾಗ ಒಟ್ಟಾಮನ್ ದೊರೆಗಳ ಆಡಳಿತಕ್ಕೆ ಬಂದಾಗ ಇಸ್ಲಾಂ ರಾಷ್ಟ್ರವಾಯಿತು. ಎರಡನೇ ಮಹಾಯುದ್ಧದ ನಂತರ ಸ್ವತಂತ್ರ ಗಣರಾಜ್ಯವಾದಾಗ, ಧರ್ಮನಿರಪೇಕ್ಷ ರಾಷ್ಟ್ರವೆಂದು ಘೋಷಿಸಿಕೊಂಡಿತು, ಮತ್ತು ಮೇಲೆ ಹೇಳಿದಂತೆ ಎರಡನೆಯ ಗ್ರಹಿಕೆಯನ್ನು ಅರ್ಥೈಸಿಕೊಂಡು ಅನುಸರಿಸತೊಡಗಿತು. ಅಂದರೆ ಧರ್ಮಗಳನ್ನು ಸಮಾನ ದೂರದಲ್ಲಿಡುವುದನ್ನು ಕಲಿಯಿತು. ಶೇ.99ರಷ್ಟು ಮುಸ್ಲಿಮರಿರುವ ರಾಷ್ಟ್ರವೊಂದು ಹೀಗೆ ವರ್ತಿಸಬಹುದೆಂಬ ಕಲ್ಪನೆಯನ್ನು ಸಹ ಮಾಡಲಾಗುವುದಿಲ್ಲ. ಏಷಿಯಾ ಮತ್ತು ಯುರೋಪ್ ಖಂಡಗಳನ್ನು ಹಂಚಿಕೊಳ್ಳುವ ಈ ದೇಶ, ಅಧ್ಯಾತ್ಮಿಕವಾಗಿ ಏಷಿಯಾದ ಮುಷ್ಟಿಯಲ್ಲಿದ್ದರೂ, ಮಾನಸಿಕವಾಗಿ ಯುರೋಪನ್ನು ಅನುಸರಿಸುತ್ತಿರುವಂತೆ ಕಾಣಿಸಿಕೊಳ್ಳುತ್ತದೆ. ಇಸ್ತಾಂಬುಲ್ ನಗರದಲ್ಲಿ ನಾವು ಉಳಿದುಕೊಂಡಿದ್ದ ಐದು ದಿನಗಳಲ್ಲಿಯೂ, ಬುರ್ಖಾ ತೊಟ್ಟ ಒಬ್ಬ ಹೆಂಗಸನ್ನೂ ನೋಡಲಾಗದಿದ್ದದ್ದು ಆಶ್ಚರ್ಯವೆನಿಸಿತು. ಆಗತಾನೆ ಹಿಮ ಆವರಿಸಿಕೊಳ್ಳುತ್ತಿದ್ದ ನವೆಂಬರ್ ತಿಂಗಳಲ್ಲಿ ಚಳಿಗಾಲದ ಉಡುಗೆಗಳನ್ನು ತೊಟ್ಟು ಅವರು ಓಡಾಡುತ್ತಿದ್ದರು. ಉದ್ದುದ್ದ ಗಡ್ಡ ಬಿಟ್ಟ, ಸಾಂಪ್ರದಾಯಿಕ ನೀಳ ಜುಬ್ಬಾಧಾರಿ ಗಂಡಸರನ್ನು ನಾವು ಕಾಣಲಾಗಲಿಲ್ಲ. ಗಂಡಸರು ಸಾಮಾನ್ಯವಾಗಿ ಯುರೋಪಿನ ಕ್ಯಾಜುವಲ್ಸ್ ಜತೆಗೆ ಲೆದರ್ ಜಾಕೆಟ್‌ಗಳಲ್ಲಿ ಇರುತ್ತಿದ್ದರು.

ಕುತೂಹಲಕ್ಕೆಂದು ನಾನು ಅಲ್ಲಿನ ಗೆಳೆಯರನ್ನು ಕೇಳಿದೆ, ಮುಸ್ಲಿಂ ರಾಷ್ಟ್ರವೊಂದು ಹೀಗೂ ಇರಬಹುದೆ ಎಂದು. 'ನಾವು ನಮ್ಮ ಧರ್ಮವನ್ನು ಖಾಸಗಿಯಾಗಿ ಆಚರಿಸುತ್ತೇವೆ. ಅದನ್ನು ಪ್ರದರ್ಶನ ಮಾಡುವ ಅವಶ್ಯಕತೆ ಇಲ್ಲ' ಎನ್ನುವ ಉತ್ತರ ಬಂತು. '3000 ಮಸೀದಿಗಳಿರುವ ಇಸ್ತಾಂಬುಲ್ ನಗರದಲ್ಲಿ ಒಬ್ಬ ಮುಲ್ಲಾನನ್ನು ರಸ್ತೆಯಲ್ಲಿ ನೋಡಲಿಲ್ಲವಲ್ಲ' ಎಂಬ ನನ್ನ ಕೊರಗನ್ನು ಹೇಳಿಕೊಂಡೆ. ಅಲ್ಲಿನ ಸಾರ್ವಜನಿಕ ಸ್ಥಳಗಳಲ್ಲಿ, ಸರ್ಕಾರಿ ಕಛೇರಿಗಳಿಗೆ ಹೋಗುವಾಗ ಹೆಣ್ಣುಮಕ್ಕಳು ಬುರ್ಖಾ ಹಾಕಿಕೊಂಡರೆ ಪ್ರವೇಶವಿಲ್ಲ, ಶಾಲೆ ಕಾಲೇಜುಗಳಲ್ಲಿ, ವಿಶ್ವವಿದ್ಯಾಲಯಗಳಲ್ಲಿ, ಆಸ್ಪತ್ರೆಗಳಲ್ಲಿ ಬುರ್ಖಾಗಳಿಗೆ ಪ್ರವೇಶವಿಲ್ಲ. ಯಾಕೆಂದರೆ ಯಾರನ್ನೇ ಕೇಳಿದರು 'We are a Secular Country' (ನಮ್ಮದು ಧರ್ಮನಿರಪೇಕ್ಷ ರಾಷ್ಟ್ರ) ಎನ್ನುತ್ತಾರೆ. ಹಾಗೆಂದು ಅಲ್ಲಿ ಮೂಲಭೂತವಾದಿಗಳು ಇಲ್ಲವೆಂದಲ್ಲ; ಇದ್ದಾರೆ. ಆದರೆ ಬಹಳ ಕನಿಷ್ಠ ಸಂಖ್ಯೆಯಲ್ಲಿರುವ ಇವರು, ಟರ್ಕಿಶ್ ಪಾರ್ಲಿಮೆಂಟ್‌ನಲ್ಲಿ ಹೋರಾಟ ನಡೆಸುತ್ತಾರೆ. ಡೆಮಾಕ್ರಸಿಯ ನೆಪದಲ್ಲಿ ಬೀದಿ ರಂಪಾಟಕ್ಕಿಳಿಯುವುದಿಲ್ಲ.

ಧಾರ್ಮಿಕ ಮೂಲಭೂತವಾದವನ್ನು ಪೋಷಿಸುವ ಸರ್ಕಾರಗಳಿಂದ ಅಭಿವೃದ್ಧಿ, ಶಾಂತಿಸ್ಥಾಪನೆ ಕಷ್ಟಸಾಧ್ಯವೆಂಬುದನ್ನು ಈಗ ಅನೇಕ ದೇಶಗಳು ಮನಗಂಡಿವೆ. ಇತ್ತೀಚೆಗಷ್ಟೆ ನೆರೆಯ ನೇಪಾಳ ಜಾತ್ಯತೀತ ರಾಷ್ಟ್ರವೆಂದು ಘೋಷಿಸಿಕೊಂಡಿತು. ಮೊನ್ನೆ ತಾನೆ ನಡೆದ ಚುನಾವಣೆಯಲ್ಲಿ ಬಾಂಗ್ಲಾ ದೇಶದ ಜನತೆ ಜಾತ್ಯತೀತ

ಪಕ್ಷವೊಂದನ್ನು ಶೇ.85ಕ್ಕೂ ಹೆಚ್ಚು ಮತಗಳಿಂದ ಗೆಲ್ಲಿಸಿತು. ಮುಸ್ಲಿಂ ರಾಷ್ಟ್ರಗಳಲ್ಲಿ ಘಟಿಸುತ್ತಿರುವ ಇಂಥ ಬದಲಾವಣೆಗಳು ಧರ್ಮನಿರಪೇಕ್ಷತೆಯ ಅರ್ಥವನ್ನು ಹೆಚ್ಚಿಸುತ್ತವೆ. ಧರ್ಮ, ಅಫೀಮಾಗುವ ಸಾಧ್ಯತೆಗಳೇ ಹೆಚ್ಚಾಗಿರುವಾಗ, ಅದನ್ನು ಪೋಷಿಸುವ ಸರ್ಕಾರಗಳು ಪಡುತ್ತಿರುವ ಪಾಡು ಅಷ್ಟಿಷ್ಟಲ್ಲ. ಅದಕ್ಕೆ ಇಂಡಿಯಾ, ಪಾಕಿಸ್ತಾನಗಳೇ ಸಾಕ್ಷಿ.

ಇನ್ನು ಧರ್ಮಗಳ ಬಗ್ಗೆ ತಟಸ್ಥವಾಗಿರುವ ಕೆಲವು ದೇಶಗಳಿವೆ. ಅಮೆರಿಕಾ ಅದಕ್ಕೆ ಒಳ್ಳೆಯ ಉದಾಹರಣೆ. ಅಲ್ಲಿ ವಿಶ್ವದ ಎಲ್ಲ ಜನಾಂಗದ, ನಾಗರಿಕತೆಯ ವಿದ್ಯಾವಂತರು ಉದ್ಯೋಗವನ್ನರಸಿ ಬಂದು ನೆಲೆಗೊಳ್ಳುತ್ತಿರುವಾಗಲೇ ಧರ್ಮಗಳೂ ತಳವೂರುತ್ತವೆ. ಎಲ್ಲ ಧರ್ಮಗಳಿಗೂ ಅಲ್ಲಿ ಮುಕ್ತ ಅವಕಾಶವಿದೆ. ಚರ್ಚುಗಳಿರುವಂತೆಯೆ ಬೃಹತ್ತಾದ ಮಸೀದಿಗಳು, ಹಿಂದೂ ದೇವಸ್ಥಾನಗಳು, ಬೌದ್ಧವಿಹಾರಗಳು, ಯಹೂದಿಗಳ ಸೈನೊಗಾಗ್‌ಗಳು ಬೆಳೆಯುತ್ತಿವೆ. ಜಗತ್ತಿನ ಒಳ್ಳೆಯದೆಲ್ಲವೂ ಬೇಕೆನ್ನುತ್ತಿರುವ ಅಮೆರಿಕಾ ಕೆಟ್ಟದ್ದಕ್ಕೂ ಸಮಾನ ಅವಕಾಶ ಒದಗಿಸುತ್ತದೆ. ಇದು ಎಲ್ಲಿಗೆ ಎಳೆದೊಯ್ಯುವುದೋ ಕಾಲವೇ ನಿರ್ಧರಿಸುತ್ತದೆ. ಯುರೋಪಿನ ಇತರೆ ದೇಶಗಳಿಗಿಂತ ಇಂಗ್ಲೆಂಡ್ ಸ್ವಲ್ಪ ಉದಾರವಾಗಿದೆ. ಜಗತ್ತನ್ನು ಆಳಿದ ಖ್ಯಾತಿ ಹೊಂದಿರುವ ಆ ದೇಶದಲ್ಲಿ ಅದರ ಕಾಲೊನಿಯ ರಾಷ್ಟ್ರಗಳಿಂದ ಜನಾಂಗ ಮತ್ತು ನಾಗರಿಕತೆಗಳು ಬಂದು ನೆಲೆಸಿವೆ. ಏಷಿಯನ್ನರು ಹೆಚ್ಚುತ್ತಿರುವ ಆ ದೇಶದಲ್ಲಿ ಜಾತ್ಯತೀತ ನಿಲುವಿಗೆ ಧಕ್ಕೆ ಉಂಟು ಮಾಡುವ ಶಕ್ತಿಗಳು ಬೃಹತ್ತಾಗಿ ಬೆಳೆದಿವೆ. ನಾನು ಇಸ್ತಾಂಬುಲ್‌ನಲ್ಲಿರುವಾಗಲೇ ಪತ್ರಿಕೆಯ ಒಂದು ಸುದ್ದಿ ಗಮನ ಸೆಳೆಯಿತು. ಇಂಗ್ಲೆಂಡ್, 'ಟರ್ಕಿ ಮಾದರಿಯ ಇಸ್ಲಾಂ ಅನ್ನು ಇಷ್ಟಪಡುತ್ತದೆ' ಎಂಬುದೇ ಆ ಸುದ್ದಿಯ ಸಾರಾಂಶ. ಶೇ.99ರಷ್ಟು ಮುಸ್ಲಿಮರಿರುವ ಟರ್ಕಿಯಲ್ಲಿ ಧರ್ಮಾಚರಣೆಯ ಸ್ವರೂಪವೇನು ಎಂಬುದನ್ನು ತಿಳಿದುಕೊಳ್ಳಲು ಇಂಗ್ಲೆಂಡ್, 127 ಮುಲ್ಲಾಗಳನ್ನು ಟರ್ಕಿಗೆ ಕಳುಹಿಸಿತ್ತು. ಇದರ ಅರ್ಥ ಜಾತ್ಯತೀತ ನಿಲುವಿನಿಂದ ಟರ್ಕಿ ಶಾಂತವಾಗಿದೆ ಮತ್ತು ಅಭಿವೃದ್ಧಿ ಪಥದಲ್ಲಿದೆ ಎಂಬುದು.

ಹಾಗಾದರೆ ಮಸೀದಿಗಳಿಂದ ಅಜಾನ್ ಕೂಗು ಕೇಳುವುದಿಲ್ಲವೆ? ಎಂಬ ಪ್ರಶ್ನೆ ಏಳಬಹುದು. ಹೌದು ದಿನಕ್ಕೆ ಐದು ಬಾರಿಯೂ ಮಸೀದಿಗಳಿಂದ ಕೂಗು ಕೇಳಿಬರುತ್ತದೆ. ಆದರೆ ಅದರ ಶಬ್ದ ಮಸೀದಿಯ ಕೂಗಳತೆಗೆ ಮೀಸಲು. ನಮ್ಮ ದೇಶದಲ್ಲಿ ಇವೆಲ್ಲವೂ ಪೈಪೋಟಿಯಲ್ಲಿ ನಡೆಯುತ್ತವೆ. ಮಸೀದಿಯಲ್ಲಿ ಮೈಕು ಹಾಕಿ ಕೂಗುತ್ತಾರೆ ಎಂಬ ನೆಪವೊಂದೇ ಸಾಕು, ನಮ್ಮ ದೇವಸ್ಥಾನಗಳಲ್ಲಿ ಅರ್ಚಕರು ಮೈಕು ಹಾಕಿಯೇ ದೇವರುಗಳನ್ನು ಎಬ್ಬಿಸುತ್ತಾರೆ. ಆದರೆ ಅವು ಐದು ನಿಮಿಷದಲ್ಲಿ ಮುಗಿಯುವಂಥವಲ್ಲ. 'ಕೌಸಲ್ಯಾ ಸುಪ್ರಜಾರಾಮಾ' ಎಂದು ಸೂರ್ಯೋದಯದಲ್ಲಿ ಶುರುವಾದ ಸಂಗೀತ 9–10 ಘಂಟೆಯವರೆಗೆ ಚಾಲೂ ಇರುತ್ತದೆ. ಶಬ್ದಕ್ಕಂಜುವವರ ಪಡಿಪಾಟಲು ಹೇಳತೀರದು. ಇದನ್ನು ಕೇಳಲು ಹೋದರೆ ರಾಷ್ಟ್ರದ್ರೋಹಿಯ ಪಟ್ಟ ಕಟ್ಟುವವರೆಗೆ ವಾದವಿವಾದ ನಡೆಯಬಹುದು. ಬಡಾವಣೆಗಳು ಏಳುವ ಮೊದಲೇ

ಅಲ್ಲಿ ದೇವಸ್ಥಾನವೊಂದು ಸಿದ್ಧವಾಗಿರುತ್ತಿರುವ ಈ ದಿನಗಳಲ್ಲಿ ಸಭ್ಯ, ಶಾಂತ, ಮೌನಜೀವಿಗಳಿಗೆ ಜಾಗವಿಲ್ಲವೆಂದು ಕಾಣುತ್ತದೆ.

ಒಂದು ವಿಶ್ವಕೋಶದ ಪ್ರಕಾರ, ಭಾರತದಲ್ಲಿ ಅಧಿಕೃತವಾಗಿ 1.1 ಮಿಲಿಯನ್ ದೇವಸ್ಥಾನಗಳಿವೆಯಂತೆ. ಅಂದರೆ, 11 ಲಕ್ಷ ದೇವಸ್ಥಾನಗಳು! ಅನಧಿಕೃತವಾಗಿ ಮತ್ತೂ ಒಂದು ಮಿಲಿಯನ್ ಇರಲು ಸಾಧ್ಯ. ಒಟ್ಟು 2.1 ಮಿಲಿಯನ್ ದೇವಸ್ಥಾನಗಳು. ಫಾಹಿಯಾನ್ ಭಾರತಕ್ಕೆ ಬಂದಾಗ ಒಂದೂ ದೇವಸ್ಥಾನಗಳಿರಲಿಲ್ಲವಂತೆ. ಧರ್ಮಗಳು ಈಗ ಸ್ಥಾವರಗಳ ಮೂಲಕವೇ ನೆಲೆ ಕಂಡುಕೊಳ್ಳುತ್ತಿವೆ. ಶುಕ್ರವಾರದಂದು ಮುಸಲ್ಮಾನ ನೌಕರರಿಗೆ ಮಧ್ಯಾಹ್ನ ನಮಾಜ್ ಮಾಡಲು ಅವಕಾಶ ಕಲ್ಪಿಸಲಾಗಿದೆ. ಆದ್ದರಿಂದ ನಾವೇನು ಕಮ್ಮಿ ಇಲ್ಲವೆನ್ನುವಂತೆ ಹಿಂದೂಗಳು ಕಛೇರಿಯಲ್ಲೂ ಪೂಜೆ ನಡೆಸುತ್ತಾರೆ. ಅದಿರಲಿ ಈಗ ಯಾವುದೇ ಸರ್ಕಾರಿ ಕಛೇರಿ, ಆಸ್ಪತ್ರೆ, ಕಾರ್ಖಾನೆ ಇತ್ಯಾದಿ ಸಾರ್ವಜನಿಕ ಸ್ಥಳಗಳಿಗೆ ಹೋದರೆ ಮೊದಲು ಹೆಬ್ಬಾಗಿಲಲ್ಲಿ ಕಾಣಿಸಿಕೊಳ್ಳುವುದು ಒಂದು ಪುಟ್ಟ ದೇವಸ್ಥಾನ. ಭಾರತ ಧರ್ಮನಿರಪೇಕ್ಷತೆಯನ್ನು ಅನುಷ್ಠಾನಗೊಳಿಸಿರುವುದು ಹೀಗೆ. ಇದಕ್ಕೆ ತದ್ವಿರುದ್ಧವಾಗಿ ಟರ್ಕಿ ದೇಶದಲ್ಲಿ ಶೇ.1ರಷ್ಟಿರುವ ಕ್ರೈಸ್ತ, ಯಹೂದಿ ಜನರಿಗೆ ಯಾವ ವಿಶೇಷ ಸವಲತ್ತೂ ಇಲ್ಲದ ಕಾರಣ, ಶೇ.99ರಷ್ಟು ಜನರಿಗೂ ಸವಲತ್ತುಗಳಿಲ್ಲ. ಆದ್ದರಿಂದ ಸರ್ಕಾರದ ಶ್ರಮ ಹಣ ಎರಡೂ ಉಳಿತಾಯ.

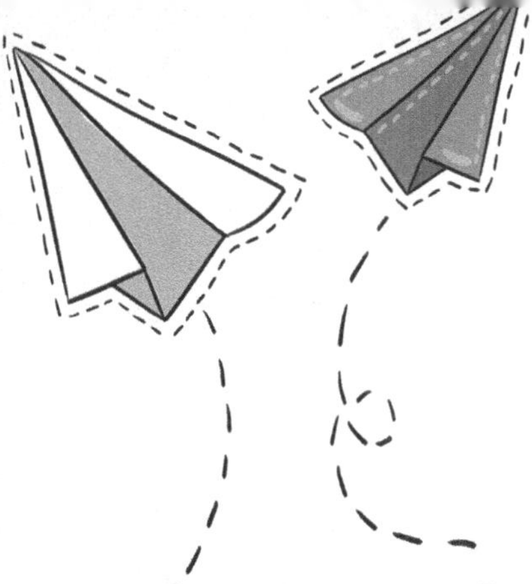

ಬೋನಸ್ ಓದಿಗೆ...

ಹಾಂಕಾಂಗ್ ಮತ್ತು ಶಾಂಘೈ ನಗರಗಳಲ್ಲಿ

ಸಾರ್ವಜನಿಕ ಪ್ರಯಾಣಿಕ ಸಾರಿಗೆಯ ಅಂತಾರಾಷ್ಟ್ರೀಯ ಒಕ್ಕೂಟದ ಅಂಗ ಸಂಸ್ಥೆ ಏಷಿಯಾ ಪೆಸಿಫಿಕ್ ಕಾಂಗ್ರೆಸ್ 2010ರ ನವೆಂಬರ್‌ನಲ್ಲಿ ಹಾಂಕಾಂಗ್‌ನಲ್ಲಿ ಒಂದು ಸಮ್ಮೇಳನ ನಡೆಸಿತು. ಅಲ್ಲಿ ನಾನು ಒಂದು ಪ್ರಬಂಧ ಮಂಡಿಸಲು ನಿಯೋಜಿತನಾಗಿದ್ದೆ. ವಿಷಯ, 'ಸಾರ್ವಜನಿಕ ಪ್ರಯಾಣಿಕ ಸಾರಿಗೆಯ ಹಣಕಾಸು ನೀತಿ' (Financial policy in Public passenger transport system) ಎಂಬುದಾಗಿತ್ತು. ಅದು ನಾನು ಇಂಗ್ಲಿಷ್‌ನಲ್ಲಿ ಬರೆದು ಮಂಡಿಸಿದ ಮೊದಲ ಸಾಹಿತ್ಯೇತರ ಪ್ರಬಂಧ. ವಿಶ್ವದಾದ್ಯಂತದಿಂದ ಬಂದಿದ್ದ ಪ್ರಯಾಣಿಕ ಸಾರಿಗೆ ಪ್ರತಿನಿಧಿಗಳ ಮೆಚ್ಚುಗೆಯನ್ನು ಗಳಿಸಿತು.

ಹಾಂಕಾಂಗ್ ಎಂದರೆ ಸಾಲು ಸಾಲು ಗಗನಚುಂಬಿ ಕಟ್ಟಡಗಳು. ಕೊಳೆಯಿಲ್ಲದ, ಧೂಳಿಲ್ಲದ ಅಚ್ಚುಕಟ್ಟಾದ ರಸ್ತೆಗಳು. ಎಲ್ಲಿ ನೋಡಿದರೂ ಜನವೋ ಜನ. ಇಸವಿ 2008ರಲ್ಲಿ ಇಲ್ಲಿ ಪ್ರತಿ ಚದರಡಿಗೆ 17000ಕ್ಕೂ ಹೆಚ್ಚು ಜನಸಂಖ್ಯೆ ಇತ್ತೆಂದು ಎಂದು ಹೇಳಲಾಗಿದೆ. ಅದು ದ್ವೀಪ ರಾಷ್ಟ್ರವಾದ್ದರಿಂದ ಆಚೀಚೆ ಬೆಳೆಯಲು ಅವಕಾಶವಿಲ್ಲ. ಆದ್ದರಿಂದ ಮೇಲಕ್ಕೆ ಬೆಳೆದುಕೊಂಡು ಹೋಗಿದೆ. ಹಿಂದೆ ಅದು ಬ್ರಿಟಿಷರ ಕಾಲೊನಿಯಾಗಿತ್ತು. 1997ರಲ್ಲಿ ಒಪ್ಪಂದದಂತೆ ಅದರ ಬಿಡುಗಡೆಯಾಗಿದೆ. ಆದ್ದರಿಂದ ಅಲ್ಲಿ ಭಾಷೆಯ ತೊಡಕಿಲ್ಲ. ಎಲ್ಲರೂ ಇಂಗ್ಲಿಷ್‌ನ್ನು ಸುಲಲಿತವಾಗಿ ಮಾತನಾಡುತ್ತಾರೆ. ಈಗಲೂ ಆಡಳಿತ ಭಾಷೆಯಾಗಿ ಅದನ್ನು ಉಳಿಸಿಕೊಂಡಿದ್ದಾರೆ. ಆದರೆ ಬ್ರಿಟಿಷ್ ಪ್ರಜೆಗಳು ಅಂದರೆ ಬಿಳಿಯರು ಮತ್ತು

ಕರಿಯರು ಸಾರಾಸಗಟಾಗಿ ಹೊರಟು ಹೋಗಿದ್ದಾರೆ ಎನಿಸುತ್ತದೆ. ಈಗ ಅಲ್ಲಿ ಉಳಿದಿರುವವರು ಮೂಲ ಚೈನಿಗರೆ, ಹೆಚ್ಚಿನವರು ಪ್ರಜಾ ಪ್ರಭುತ್ವವಾದಿಗಳು. ಇನ್ನೂ ಚೈನಾದೊಂದಿಗೆ ಘರ್ಷಣೆ ಇರುವುದು ಹಾಂಕಾಂಗ್ ಬೇಡಿಕೆಯಾದ ಸ್ವಾಯತ್ತ ಪ್ರಜಾ ಪ್ರಭುತ್ವವಾದಿ ರಾಜ್ಯಕ್ಕಾಗಿ.

ಬೃಹತ್ ಬುದ್ಧ

ಬೃಹತ್ ಬುದ್ಧ ಪ್ರತಿಮೆ ಹಾಂಕಾಂಗ್‌ನ ಮುಖ್ಯ ಆಕರ್ಷಣೆಯ ಕೇಂದ್ರಗಳಲ್ಲೊಂದು. ಇದು ಲಂಟಾವಿ ದ್ವೀಪದ ಗ್ಲಾಂಗ್ಪಿಂಗ್ ಎಂಬ ಸ್ಥಳದಲ್ಲಿ ನಿರ್ಮಿತವಾಗಿದೆ. ಅತಿ ಎತ್ತರದಲ್ಲಿ ಸ್ಥಾಪಿತವಾಗಿರುವ ಕಂಚಿನ ಪ್ರತಿಮೆ ಇಡೀ ದ್ವೀಪವನ್ನು ಆವರಿಸಿಕೊಂಡಿದೆಯೇನೋ ಎಂಬಂತೆ ಭಾಸವಾಗುತ್ತದೆ. ಪ್ರಕೃತಿಯ ಮಡಿಲಿನಲ್ಲಿ ಆ ಬೃಹತ್ ಪ್ರತಿಮೆಯನ್ನು ಕಣ್ಣುತುಂಬಿಕೊಳ್ಳುವುದು ಒಂದು ಚೇತೋಹಾರಿ ಅನುಭವ. ಇದು ಚೈನಾ ದೇಶದ ಬೀಜಿಂಗ್ ನಗರದಲ್ಲಿರುವ ಟಿಯಾನ್‌ಟನ್ ಗುಡ್ಡದ ಮೇಲೆ ಕಡೆದಿರುವ ಬುದ್ಧನ ಪ್ರತಿಮೆಯನ್ನು ಹೋಲುತ್ತದೆ. ಅದು ಚೈನಾದ ಐದು ಬೃಹತ್ ಬುದ್ಧ ಪ್ರತಿಮೆಗಳಲ್ಲಿ ಒಂದು ಎನಿಸಿದೆ. ಪ್ರತಿಮೆಯು ಮೂರು ಅಂತಸ್ತಿನ ಮೇಲುಗಡೆ ಕಂಚಿನ ಕಮಲ ಪುಷ್ಪದ ನಡುವೆ ರಾರಾಜಿಸುತ್ತದೆ. ಕೆಳಹಂತದಲ್ಲಿ ಮೂರು ಸಭಾಂಗಣಗಳನ್ನು ಕಟ್ಟಲಾಗಿದೆ. ಅವುಗಳಿಗೆ ಸ್ಮರಣೆ, ಬ್ರಹ್ಮಾಂಡ, ಪರೋಪಕಾರ, ಪುಣ್ಯ ಎಂಬ ಹೆಸರುಗಳನ್ನು ನೀಡಲಾಗಿದೆ. ಸುತ್ತಲೂ ಆರು ಚಿಕ್ಕಚಿಕ್ಕ ಪ್ರತಿಮೆಗಳನ್ನೂ ಪ್ರತಿಷ್ಠಾಪಿಸಲಾಗಿದೆ. ಅವುಗಳು ಬೌದ್ಧ ಧರ್ಮದ ಆರು ಪಾರಮಿಗಳನ್ನು (Perfections) ಅಂದರೆ ದಾನ, ನೀತಿ, ಸಹನೆ, ಗುರಿ, ಧ್ಯಾನ ಮತ್ತು ಪ್ರಜ್ಞೆಯನ್ನು ಪ್ರತಿನಿಧಿಸುವ ದೇವತೆಗಳು ಎಂದು ಕರೆಯುತ್ತಾರೆ. ಬುದ್ಧನ ಚಿತ್ರಗಳಿರುವ ಒಂದು ಬೃಹತ್ ಗಂಟೆಯನ್ನೂ ಕಡೆದಿಡಲಾಗಿದೆ. ಅಲ್ಲಿ ಬುದ್ಧನ ಅವಶೇಷವಿರುವುದು ವಿಶೇಷ.

ಪ್ರತಿಮೆಯು 112 ಅಡಿ ಎತ್ತರವಿದೆ. ಅದರ ತೂಕ 250 ಮೆಟ್ರಿಕ್ ಟನ್. ಅದಕ್ಕಾಗಿ 202 ಕಂಚಿನ ತುಣುಕುಗಳನ್ನು ಬಳಸಲಾಗಿದೆ. ಇದು ಹೊರಾವರಣದ ದೃಗ್ಗೋಚರವಾದ ಮೂರ್ತಿಗೆ ಬಳಸಲಾದ ಲೋಹ. ಒಳಗಡೆ ಇಂತಹ ಭಾರವನ್ನು ತಡೆಯಲು ಅಪಾರವಾದ ಉಕ್ಕಿನ ಫ್ರೇಮ್‌ಗಳನ್ನು ಬಳಸಲಾಗಿದೆ. ವೀಕ್ಷಕರು ಬುದ್ಧನ ಪ್ರತಿಮೆಯ ಬಳಿ ಹೋಗಲು ಕೆಳಗಿನಿಂದ 268 ಮೆಟ್ಟಿಲುಗಳನ್ನು ಹತ್ತಬೇಕಾಗುತ್ತದೆ. 1990ರಲ್ಲಿ ಪ್ರಾರಂಭವಾದ ನಿರ್ಮಾಣ ಕಾರ್ಯ 1993ರಲ್ಲಿ ಮುಗಿದಿದೆ. ಅದನ್ನು ಜ್ಞಾನೋದಯದ ಸಂಕೇತ ಎಂದು ಚೈನಾದ ಬೌದ್ಧರು ನಂಬುತ್ತಾರೆ.

ಸಿಂಫೋನಿ ಆಫ್ ಲೈಟ್ಸ್

ಹಾಂಕಾಂಗ್ ಪ್ರವಾಸಿಗರಿಗೆ ಮತ್ತೊಂದು ಪ್ರಮುಖ ಆಕರ್ಷಣೆ ಸಿಂಫೋನಿ ಆಫ್ ಲೈಟ್ಸ್. ಮೊದಲೇ ಹೇಳಿದಂತೆ ಇದು ಗಗನಚುಂಬಿ ಕಟ್ಟಡಗಳ ನಗರ. ದ್ವೀಪವಾಗಿರುವುದರಿಂದ ಸಮುದ್ರದ ದಂಡೆಯಲ್ಲಿ ಉದ್ದಕ್ಕೂ ಬಾನೆತ್ತರದ ಬೃಹತ್ ವಾಸ್ತು ವಿನ್ಯಾಸಪೂರಿತ ತರಹೇವಾರಿ ಆಧುನಿಕ ಕಟ್ಟಡಗಳು ಕಂಗೊಳಿಸುತ್ತವೆ. ಅವುಗಳನ್ನು ನೋಡುವುದೇ ಒಂದು ಸೊಗಸು. ಪ್ರತಿದಿನ ಸಂಜೆಯ ವೇಳೆ ಹಾಂಕಾಂಗ್ ಸಾಂಸ್ಕೃತಿಕ ಕೇಂದ್ರದ ಬಳಿ ಇರುವ ಶಿಮ್ಮಾ ಸುಯಿ ವಾಟರ್ ಫ್ರಂಟ್‌ನಲ್ಲಿ ಬೆಳಕು ಮತ್ತು ಬಣ್ಣದ ಆಟ ಶುರುವಾಗುತ್ತದೆ. ಹಿನ್ನೆಲೆಯ ಸಂಗೀತದೊಂದಿಗೆ ನಿರ್ಜೀವ ಕಟ್ಟಡಗಳು ಜೀವಪಡೆದಂತೆ ನರ್ತಿಸಲು ತೊಡಗುತ್ತವೆ. ಮುಂದೆ ಕಾಣುವ ಸಮುದ್ರದ ನೀರು ಕಾಮನಬಿಲ್ಲಿನ ಬಣ್ಣಗಳನ್ನು ಪ್ರತಿಫಲಿಸುತ್ತಿರುತ್ತದೆ. ಪ್ರವಾಸಿಗರ ಮನಸೂರೆಗೊಳ್ಳುವ ನೋಟ ಅದು.

ಶಾಂಘೈ ನಗರ

ಅಲ್ಲಿಂದ ಮರುದಿನ ಚೈನಾದ ಅಥವಾ ಏಷಿಯಾದ ಅತಿದೊಡ್ಡ ನಗರ ಎನಿಸಿದ ಶಾಂಘೈ ನಗರಕ್ಕೆ ಪ್ರಯಾಣ ಬೆಳೆಸಿದೆವು. ಅಲ್ಲಿನ ಸಾರಿಗೆ ಸಂಪರ್ಕ ವ್ಯವಸ್ಥೆಯನ್ನು ಅಧ್ಯಯನ ಮಾಡಲು ವ್ಯವಸ್ಥೆಯಾಗಿತ್ತು. ನಮ್ಮ ನಗರ ಸಾರಿಗೆಯ ಅವ್ಯವಸ್ಥೆಗಳಿಗೆ ಜನಸಂಖ್ಯೆಯೇ ಕಾರಣ ಎಂದು ತಿಳಿದಿದ್ದ ನನಗೆ, ಶಾಂಘೈ ನಗರವನ್ನು ನೋಡಿದ ಮೇಲೆ ಅದು ಹುಸಿ ಎನ್ನಿಸಿತು. ಜನಸಂಖ್ಯೆ ಮತ್ತು ಅಳತೆಯಲ್ಲಿ ನ್ಯೂಯಾರ್ಕ್ ಅನ್ನು ಮೀರಿ ಬೆಳೆದಿರುವ ಆ ನಗರವನ್ನು ನೋಡಿ, ಇವರಿಂದ ಸಾರಿಗೆ ನಿರ್ವಹಣೆಯನ್ನು ಕಲಿಯಬೇಕು ಎನ್ನಿಸಿತು. ಜನಸಂಖ್ಯೆಯು ಅಲ್ಲಿನ ಸ್ವಚ್ಛತೆಗೆ ಭಂಗ ಉಂಟು ಮಾಡಿಲ್ಲ. ಯಾವುದೇ ನಗರ, ನಿರ್ಮಾಣ ಹಂತದಲ್ಲಿಯೇ ಮೂಲಭೂತ ಸೌಕರ್ಯಗಳಿಗೆ ಯೋಜನೆ ರೂಪಿಸಿರುತ್ತದೆಯೋ, ಆ ನಗರವು ವಿಸ್ತರಿಸಿದಂತೆಲ್ಲಾ ಸುಂದರವಾಗಿ ಬೆಳೆಯುವುದರಲ್ಲಿ ಅನುಮಾನವೇ ಇಲ್ಲ. ಹಾಗೆ ನೋಡಿದರೆ ಶಾಂಘೈ ನಗರದ ಒಳಭಾಗದಲ್ಲಿ ಹಲವು ಕಡೆ ಎಂಟು–ಹತ್ತು ಲೇನುಗಳ ರಸ್ತೆಗಳಿವೆ. ಅವೆಲ್ಲವೂ ಸ್ಮಾರ್ಟ್ ಆಗಿವೆ. ಮುಂದೆ ಯಾವ ರಸ್ತೆಯಲ್ಲಿ ಬಿಗುವಿದೆ, ಎಲ್ಲಿ ವಿಚಲನ (Deviation) ತೆಗೆದುಕೊಳ್ಳಬೇಕು ಎಂಬ ಮಾಹಿತಿ ಮುಂಚಿತವಾಗಿಯೇ

ಹಾಂಕಾಂಗ್‌ನಲ್ಲಿ ನಡೆದ ಸೆಮಿನಾರ್‌ನಲ್ಲಿ ಸಾರಿಗೆ ಆರ್ಥಿಕತೆ ಕುರಿತು ಪ್ರಬಂಧ ಮಂಡನೆ.

ದೊರಕುತ್ತದೆ. ಶಾಂಘೈ ನಗರ ಸಾರಿಗೆ ಎಂಬುದು ಬೇರೆಯಾಗಿಲ್ಲದ ಕಾರಣ, ಅದರ ಮಾಹಿತಿ ನಮಗೆ ಸರಿಯಾಗಿ ದೊರಕಲಿಲ್ಲ. ಅದನ್ನು ಅಲ್ಲಿನ ಮುನಿಸಿಪಲ್ ಆಡಳಿತವೇ ನೋಡಿಕೊಳ್ಳುತ್ತದೆ. ಯುರೋಪಿನ ಅನೇಕ ನಗರಗಳಲ್ಲಿ ಅಂತಹ ವ್ಯವಸ್ಥೆ ಇದೆ.

ಜಗತ್ತಿನ ಫಾಸ್ಟೆಸ್ಟ್ ಟ್ರೈನ್‌ನಲ್ಲಿ ಪ್ರಯಾಣ

ಶಾಂಘೈ ನಗರದಿಂದ ವಿಮಾನ ನಿಲ್ದಾಣಕ್ಕೆ ಹೋಗಿ ಬರುವ ಜಗತ್ತಿನ ಫಾಸ್ಟೆಸ್ಟ್ ಟ್ರೈನ್‌ನಲ್ಲಿ ಪ್ರಯಾಣಿಸುವುದು ಒಂದು ಅದ್ಭುತ ಅನುಭವ. ಲಾಂಗ್‌ಯಂಗ್ ರಸ್ತೆಯಿಂದ ಪುಡೊಂಗ್ ಅಂತರರಾಷ್ಟ್ರೀಯ ವಿಮಾನ ನಿಲ್ದಾಣಕ್ಕೆ ಸಂಚರಿಸುವ ರೈಲು ಸುಮಾರು 30 ಕಿ.ಮೀ. (18.6 ಮೈಲು) ದೂರವನ್ನು ಕೇವಲ 7 ನಿಮಿಷಗಳಲ್ಲಿ ಕ್ರಮಿಸುತ್ತದೆ. ಅತಿಹೆಚ್ಚು ಎಂದರೆ ಗಂಟೆಗೆ 431 ಕಿ.ಮೀ. ಓಡುತ್ತದೆ. ಅದನ್ನು ಶಾಂಘೈಮೆಗ್–ಲೆವ್ (Magnetic-Levitation) ರೈಲು ಎಂದು ಕರೆಯುತ್ತಾರೆ. ಜಗತ್ತಿನಲ್ಲಿಯೇ ಅದು ಮೊದಲ ವಿದ್ಯುತ್ ಚಾಲಿತ ವಾಣಿಜ್ಯ ಬಳಕೆಯ ಅತಿವೇಗದ ರೈಲು ಎಂದು ಹೆಸರು ಮಾಡಿದೆ ಮತ್ತು 2004ರಿಂದಲೂ ಚಾಲ್ತಿಯಲ್ಲಿದೆ. ಮೈನವಿರೇಳಿಸುವ ಆ ಪಯಣವನ್ನು ಅನುಭವಿಸಿದ್ದಾಯಿತು.

ಕಮ್ಯುನಿಸ್ಟ್ ದೇಶವೆಂದರೆ ಮುಕ್ತ ವಾತಾವರಣವಿರುವುದಿಲ್ಲ. ಸರ್ಕಾರ ಎಂದರೆ ಮಿಲಿಟರಿ ಆಡಳಿತವೆಂದೇ ಭ್ರಮಿಸಿದ್ದ ನನಗೆ ಭ್ರಮನಿರಸನವಾಯಿತು. ಏಕೆಂದರೆ ಜನರು ನಮಗಿಂತಲೂ ಮುಕ್ತವಾಗಿದ್ದಾರೆ. ನಮ್ಮಲ್ಲಿರುವಷ್ಟೇ ಆಚಾರ ಅನಾಚಾರಗಳು ಇವೆ. ಅಲ್ಲಿನ ಕಾಳಸಂತೆಯಲ್ಲಿ ನಮ್ಮವರು ಒಂದಷ್ಟು ಬಟ್ಟೆಬರೆ, ಮೊಬೈಲುಗಳನ್ನು ಖರೀದಿಸಿದರು. ಅಲ್ಲಿ ಯಾರಿಗೂ ಸ್ಥಿರ ಆಸ್ತಿ ಎಂಬುದು ಇರುವುದಿಲ್ಲವಂತೆ. ಮನೆಯಿಂದ ಹಿಡಿದು ಬೃಹತ್ ವಾಣಿಜ್ಯ ಕಟ್ಟಡಗಳು ಸರ್ಕಾರದ ಸ್ವಾಧೀನದಲ್ಲಿರುತ್ತವೆ.

ಅರ್ಹ ನಾಗರಿಕರಿಗೆ ಎಲ್ಲವೂ ಭೋಗ್ಯ ರೂಪದಲ್ಲಿ ಹಂಚಿಕೆಯಾಗುತ್ತವೆ. ಅವರು ಸರ್ಕಾರಕ್ಕೆ ತೆರಿಗೆ ಸಲ್ಲಿಸುತ್ತಾರೆ. ಆದ್ದರಿಂದ ಹದಿನೆಂಟು ತುಂಬಿದ ನಂತರ, ಅವರವರ ಯೋಗ್ಯತಾನುಸಾರ ಉದ್ಯೋಗ ಮತ್ತು ವಸತಿಯ ಖಾತ್ರಿಯಿದೆ.

ಅಲ್ಲಿಗೆ ಹೋಗಿಬಂದ ಮೇಲೆ ನನಗನಿಸಿದ್ದು, 'ಭೂಮಿ ಅಥವಾ ಆಸ್ತಿಯ ಒಡೆತನ ಮನುಷ್ಯನ ಶತ್ರು'. ಬುದ್ಧ ಹೇಳಿದ್ದು ಇದನ್ನೇ. ಚಿರಾಸ್ತಿಯನ್ನು ಎಷ್ಟೇ ಮಾಡಿದರೂ, ಇನ್ನೂ ಬೇಕು, ಬೇಕು ಎನ್ನುವ ತೃಷೆ ಹೆಚ್ಚಾಗುತ್ತದೆ. ಮಕ್ಕಳು, ಮರಿಮೊಮ್ಮಕ್ಕಳಿಗೆ ನಾವೇ ಮಾಡಿ ಕೂಡಿಡಬೇಕು, ಎಂಬ ದುರಾಸೆ ಹುಟ್ಟುತ್ತದೆ. ಆಗ ಸಂಪತ್ತಿನ ಸದ್ಬಳಕೆಯಾಗುವುದಿಲ್ಲ. ರಾಜ್ಯಾಡಳಿತವು ಅದಕ್ಕೆ ಕಡಿವಾಣ ಹಾಕಿದರೆ ಪ್ರಜೆಗಳ ನೈತಿಕತೆಯನ್ನೂ ಬಲಪಡಿಸಿದ ಹಾಗಾಗುತ್ತದೆ.

ಅಲ್ಲಿನ ನಗರ ಮುನಿಸಿಪಾಲಿಟಿ ಅಧಿಕಾರಿಗಳೊಡನೆ ಚರ್ಚಿಸುವಾಗ ನಾನು ಅವರ ಆಡಳಿತ ನೀತಿಯ ಬಗ್ಗೆ ಹೆಚ್ಚು ಪ್ರಶ್ನೆ ಮಾಡುತ್ತಿದ್ದೆ. ನಾನು ಹೊರದೇಶಗಳಿಗೆ ಹೋದಾಗ ಹೆಚ್ಚಾಗಿ ಅಲ್ಲಿನ ಜನರ ನಡವಳಿಕೆಯನ್ನು, ಸಂಸ್ಕೃತಿಯನ್ನು ಗ್ರಹಿಸಲು ಪ್ರಯತ್ನಿಸುತ್ತೇನೆ. ಸಮಾನಮನಸ್ಕ ಗೆಳೆಯರಾದ ಒಬ್ಬಿಬ್ಬರೊಂದಿಗೆ ಗುಂಪಿನಿಂದ ತಪ್ಪಿಸಿಕೊಂಡು, ಕಾಲ್ನಡಿಗೆಯಲ್ಲಿ ಅಲೆದು ಬಂದು ಹೋಟೆಲಿಗೆ ಸೇರಿಕೊಳ್ಳುವುದು ರೂಢಿ. ಅಂದು, ಒಂದು ಶಾಲೆಯ ವಾರ್ಷಿಕ ಸಮಾರಂಭವೊಂದರಲ್ಲಿ ಪ್ರೇಕ್ಷಕನಂತೆ ಕುಳಿತು, ಅಲ್ಲಿನ ಕಾರ್ಯಕ್ರಮವನ್ನು ನೋಡಿ ಬಂದೆ. ತಂದೆ ತಾಯಿಯರು/ಪೋಷಕರು ಅಪಾರ ಸಂಖ್ಯೆಯಲ್ಲಿ ನೆರೆದಿದ್ದರು. ಅದು ನಮ್ಮ ದೇಶದಲ್ಲಿ ನಡೆಯುವ ಸಮಾರಂಭಕ್ಕಿಂತ ಭಿನ್ನ ಅನ್ನಿಸಲಿಲ್ಲ. ಜನರು ಕಾನೂನು ಪಾಲನೆಯನ್ನು ಗೌರವಿಸುತ್ತಾರೆ. ಹಸನ್ಮುಖಿಗಳು. ಆಂತರಿಕ ಭದ್ರತೆಯ ಭಯವೇನು ಅಲ್ಲಿನ ಜನರನ್ನು ಕಾಡಿದಂತೆ ಕಂಡುಬರಲಿಲ್ಲ. ಮಾಲ್‌ಗಳಲ್ಲಿ, ದೊಡ್ಡ ದೊಡ್ಡ ಇಮಾರತುಗಳಲ್ಲಿ ಗನ್‌ಮ್ಯಾನ್‌ಗಳು ಕಾಣಿಸಲಿಲ್ಲ. ನಮ್ಮನ್ನು ಬೀಳ್ಕೊಡಲು ಬಂದ ಅತಿಥೇಯರು ವಿಮಾನ ನಿಲ್ದಾಣದವರೆಗಷ್ಟೇ ಅಲ್ಲ, ಒಳಗೂ ಬಂದು ಆಕಾಶದಲ್ಲಿ ಹಕ್ಕಿಗಳು ಓಡಾಡುವಂತೆ ಓಡಾಡುತ್ತಿದ್ದುದು ನಮ್ಮಲ್ಲಿ ಸಖೇದಾಶ್ಚರ್ಯವನ್ನುಂಟು ಮಾಡಿತ್ತು.

ವಿಶ್ವಪಥದೆಡೆಗೆ ಪ್ಯಾರಿಸ್

ಪ್ಯಾರಿಸ್ ಭೇಟಿಯ ನನ್ನ ಮೊದಲ ತೋಚಿಕೆ [first impression] ಅಲ್ಲಿನ ಮಿಶ್ರ ಜನಾಂಗೀಯ ಚಹರೆ. ವಿಮಾನದೊಳಗೆ ಕುಳಿತಿರುವಾಗ ಅತ್ತಿತ್ತ ನೋಡಿದರೆ ನನಗೆ ಮಿಶ್ರವರ್ಣೀಯ ದಂಪತಿಗಳು, ಮಕ್ಕಳು, ಯುವಕ ಯುವತಿಯರೇ ಕಾಣಿಸಿಕೊಳ್ಳುತ್ತಿದ್ದರು. ಎರಡನೇ ಮಹಾಯುದ್ಧದ ನಂತರ ಯೂರೋಪು ಬಿಳಿಯಾಗಿ ಉಳಿದಿಲ್ಲ. ಜನಸಂಖ್ಯೆಯ ಕೊರತೆಯನ್ನು ನೀಗಿಸಿಕೊಳ್ಳಲು ವಿಶ್ವವನ್ನೇ ಆದರದಿಂದ ತಬ್ಬಿಕೊಂಡ ಜನ ಅವರು. ಬಿಳಿಯ ಗಂಡ, ಕರಿಯ ಹೆಂಡತಿ ಅಥವಾ ಬಿಳಿಯ ಹೆಂಡತಿ, ಕರಿಯ ಗಂಡ ಮತ್ತು ಅವರ ಗೋಧಿವರ್ಣದ ಮಕ್ಕಳು ನನ್ನ ಗಮನ ಸೆಳೆದರು. ಅವರನ್ನು ನೋಡುವುದೇ ಚೆಂದವೆನಿಸುತ್ತಿತ್ತು. ಇದೇ ಚಿತ್ರಣ ನನಗೆ ಪ್ಯಾರಿಸ್ ನಗರ ಸುತ್ತುವಾಗ ಕಂಡಿತು. ಹಲವು ತಲೆಮಾರುಗಳ ನಂತರದ ಈ ರೀತಿಯ ಮಿಶ್ರವರ್ಣೀಯ ಚಹರೆ ಮತ್ತಷ್ಟು ಹೊಳಪು ಪಡೆದುಕೊಂಡಿದೆ. ಪ್ರಾಯಶಃ ಪೋಷಕರು ವಯಸ್ಕ ಮಕ್ಕಳಿಗೆ ಕೊಡುವ ಸ್ವಾತಂತ್ರವೇ ಇದಕ್ಕೆ ಕಾರಣವಿರಬಹುದು. ಕೊರೋನಾ ವೈರಸ್ ಆ ಯುವಜನತೆಯನ್ನು ಧೃತಿಗೆಡಿಸಿದಂತೆ ನನಗೆ ಕಾಣಿಸಲಿಲ್ಲ. ಆ ಕೊರೆಯುವ ಚಳಿಯಲ್ಲಿ ಚೊಕ್ಕವಾದ ರಸ್ತೆಬದಿಯಲ್ಲಿ ಉದ್ದುದ್ದ ಕೋಟು ಧರಿಸಿ, ಗಡಚಿಕ್ಕುವ ಸಂಗೀತದೊಂದಿಗೆ ತಣ್ಣನೆಯ ಬಿಯರು ಹೀರುತ್ತಾ, ರಾತ್ರಿಗಳನ್ನು ಕಳೆಯುತ್ತಿದ್ದ ಅವರು ಬೋದಿಲೇರ್‌ನ ಸಂತತಿ ಎನಿಸುತ್ತಿತ್ತು.

ನಾನು ಮಾರ್ಚ್, 10 ರಂದು ವಿಮಾನ ಏರುವ ಹಿಂದಿನ ದಿನ ಆಂಧ್ರಪ್ರದೇಶದ ನತದೃಷ್ಟೆ ಅಮೃತಾಳ ರಾಕ್ಷಸ ಅಪ್ಪ ಮಾರುತಿ ರಾವ್ ಆತ್ಮಹತ್ಯೆ ಮಾಡಿಕೊಂಡಿದ್ದ. ದಲಿತ ಯುವಕ ಪ್ರಣಯ್ ವೈಶ್ಯ ಜಾತಿಯ ಅಮೃತಾಳನ್ನು ಪ್ರೀತಿಸಿ ಮದುವೆಯಾಗಿದ್ದ. ಮೂರು ತಿಂಗಳ ಬಸುರಿ ಹೆಂಡತಿಯನ್ನು ವೈದ್ಯರಲ್ಲಿ ತೋರಿಸಿಕೊಂಡು ಹಿಂದಿರುಗುವಾಗ ಸುಪಾರಿ ಕೊಲೆಗಡುಕರು ಪತ್ನಿಯ ಎದುರೇ ಪ್ರಣಯ್ ನನ್ನು ಬರ್ಬರವಾಗಿ ಕೊಂದುಬಿಟ್ಟರು. ಹೊಟ್ಟೆಯಲ್ಲಿ ಒಂದು ಜೀವ ಹೊತ್ತುಕೊಂಡಿದ್ದ ಮಗಳ ಮತ್ತು ಹುಟ್ಟಲಿರುವ ಮೊಮ್ಮಗುವಿನ ಭವಿಷ್ಯವನ್ನು ಸಿಗರೇಟಿನ ತುಂಡಿನಂತೆ ಎಡಗಾಲಿನಿಂದ ಹೊಸಕಿಹಾಕಿಬಿಟ್ಟಿದ್ದ ಆ ಕ್ರೂರಿ ಅಪ್ಪ. ಇದು ನನ್ನನ್ನು ಬಹುವಾಗಿ ಕಾಡುತ್ತಿತ್ತು.

ಇಲ್ಲಿ ಜನಾಂಗೀಯವಾಗಿ ಬೇರಲ್ಲದ ನಮ್ಮನ್ನು ಜಾತಿಗೋಡೆಯಿಂದ ಬೇರ್ಪಡಿಸಿದ ಕುಸಂಸ್ಕೃತಿ ಹೆತ್ತವರಿಂದಲೇ ಮಕ್ಕಳನ್ನು ಕೊಲ್ಲಿಸುತ್ತಿದೆಯಲ್ಲಾ ಎಂಬ ಕರುಳಿರಿಯುವ ಸಂಕಟ ಮನುಷ್ಯರಾದವರಿಗೆ ಕಾಡದೆ ಇರುವುದಿಲ್ಲ. [ಇದನ್ನು ಬರೆಯುತ್ತಿರುವಾಗ ರಾಜಾಸ್ತಾನದ ಹಳ್ಳಿಯೊಂದರಲ್ಲಿ ಮಾಲಿ ಹುಡುಗಿಯೊಂದಿಗೆ ಓಡಿಹೋದ ದಲಿತ ಯುವಕನ 17 ವರ್ಷದ ತಮ್ಮನನ್ನು ಕೊಲೆಮಾಡಲಾಗಿದೆ. ಫುಲೆ ಮತ್ತು ಅಂಬೇಡ್ಕರ್ ಇಬ್ಬರ ಆತ್ಮಗಳು (ಇದ್ದರೆ) ವಿಲವಿಲ ಒದ್ದಾಡುತ್ತಿರಬಹುದೇನೊ]! ಕೊಲ್ಲುವುದು, ಕೊಲ್ಲಿಸುವುದು ಸುಲಭವಿರಬಹುದು ಆದರೆ ಅದನ್ನು ಜೀರ್ಣಿಸಿಕೊಳ್ಳುವುದು ಸುಲಭವಲ್ಲ ಎಂಬುದನ್ನು ಮಾರುತಿ ರಾವ್ ಪ್ರಕರಣ ಸ್ಪಷ್ಟವಾಗಿ ಹೇಳುತ್ತಿದೆ. ಮನುಷ್ಯನ ಮೂಲ ಪ್ರವೃತ್ತಿಗಳು ಒಂದೇ ಆದರೂ ನಾವೇ ಸೃಷ್ಟಿಸಿಕೊಂಡ ನಿಯಮಗಳು ಬದುಕನ್ನು ಹೇಗೆ ಬದಲಿಸಿಬಿಡುತ್ತವೆ ಎಂಬುದನ್ನು ಹೇಳಲು ಈ ಹೋಲಿಕೆ ಕೊಡಬೇಕಾಯಿತು.

ಪ್ಯಾರಿಸ್ ನಡೆದಾಡುವ ನಗರ. ಅಷ್ಟು ವಿಸ್ತೃತವಾದ ವಾಸ್ತುಶಿಲ್ಪೀಯ ನಗರ ವಿಶ್ವದಲ್ಲಿ ಬೇರೊಂದೆಡೆಯಿಲ್ಲ. ನಮಗೆ ಬೇಕಾದ ಸ್ಥಳವನ್ನು ಮೆಟ್ರೋದಲ್ಲಿ ಕ್ಷಿಪ್ರವಾಗಿ ತಲುಪಿ ಅಲ್ಲಿಂದ ಕಾಲುನಡಿಗೆಯಲ್ಲಿ ಊರು ಸುತ್ತುವುದು ಚೇತೋಹಾರಿಯಾದ

ಅನುಭವ. 120 ವರ್ಷಗಳ ಹಿಂದೆಯೇ [1900] ನೆಲಮಾಳಿಗೆಯಲ್ಲಿ ಎರಡು ಅಂತಸ್ತಿನ ರೈಲುಮಾರ್ಗವನ್ನು ಕಟ್ಟಿರುವುದು ಅಲ್ಲಿನ ಮೆಟ್ರೋ ವೈಶಿಷ್ಟ್ಯ. ಒಂದು ಒಳ ಉಂಗುರ ರಸ್ತೆಯ ಪರಿಧಿಯಲ್ಲಿ ಸುತ್ತು ಹೊಡೆದರೆ ಇನ್ನೊಂದು ಪ್ಯಾರಿಸ್ಸಿನ ಉಪನಗರಗಳಿಗೆ ಸಾಗಿಬರುತ್ತದೆ. ರೈಲುಗಳು ಈಗ ಹಳೆಯದಾಗಿದ್ದು ಹೆಚ್ಚು ಸದ್ದುಮಾಡುತ್ತವೆ. ಈಗ ಬೆಂಗಳೂರಿನ ಮೆಟ್ರೋ ಅತ್ಯಾಧುನಿಕವಾಗಿ ಕಾಣಿಸುತ್ತದೆ.

ಪ್ಯಾರಿಸ್ಸಿನಲ್ಲಿ ನೋಡಲೇಬೇಕಾದ ಮ್ಯೂಸಿಯಮ್ ಲೂವ್ರ್, ಕೊರೋನಾ ವೈರಸ್‌ನಿಂದಾಗಿ ಆಗಲೇ ಮುಚ್ಚಿತ್ತು. ನಮಗೆ ಮ್ಯೂಸಿಯಮ್ ದೋ'ರ್ಸೇ ನೋಡಲು ದಕ್ಕಿತು. ಒಂದು ಹಳೆಯ ರೈಲ್ವೇ ಸ್ಟೇಷನ್ ಅನ್ನು 1977 ರಲ್ಲಿ ಮ್ಯೂಸಿಯಮ್ ಆಗಿ ಪರಿವರ್ತಿಸಲಾಗಿದೆ. ಚಿತ್ರಕಲೆ, ಶಿಲ್ಪಕಲೆ, ಛಾಯಾಚಿತ್ರಗಳು ಹೀಗೆ ವೈವಿಧ್ಯಮಯವಾದ ಪಾಶ್ಚಾತ್ಯ ಕಲೆಯ ಸಂಗ್ರಹಗಳು ಅಲ್ಲಿ ನೋಡಲು ಸಿಗುತ್ತವೆ. ಅಲ್ಲಿಂದ ಒಂದೆರಡು ಕಿ. ಮೀ. ಅಂತರದಲ್ಲಿ ನೋತ್ರೆ ದೇಮ್ ಎಂಬ ಪ್ರಖ್ಯಾತ ಚರ್ಚ್ ಇದೆ. ಅದು ಸಂಪೂರ್ಣ ಸುಟ್ಟು ಹೋಗಿದ್ದು ಈಗ ದುರಸ್ತಿಯಲ್ಲಿದೆ. ಅದನ್ನು ಹೊರಗಿನಿಂದಲೇ ನೋಡಿದೆವು. ಪ್ಯಾರಿಸ್ಸಿನ ವಿಶೇಷವೆಂದರೆ ಅದರ ಮಧ್ಯ ಭಾಗದಲ್ಲಿ ಹರಿದು ನಗರವನ್ನು ಎರಡು ಹೋಳಾಗಿಸುವ ಸೀನ್ ನದಿ. ನದಿಯ ಉದ್ದಕ್ಕೂ ಇಬ್ಭಾಗವನ್ನು ಕೂಡಿಸಲು ಸೇತುವೆಗಳನ್ನು ನಿರ್ಮಿಸಲಾಗಿದೆ.

ನಾವು ನೋಡಿದ ಮತ್ತೊಂದು ಐತಿಹಾಸಿಕ ಸ್ಥಳ "ಶೇಕ್ಸ್ ಪಿಯರ್ ಅಂಡ್ ಕಂಪೆನಿ". ಸಿಲ್ವಿಯಾ ಬೀಚ್ ಎಂಬ ಅಮೆರಿಕನ್ ಮಹಿಳೆ 1919 ರಲ್ಲಿ ಸ್ಥಾಪಿಸಿದ ಪುಸ್ತಕ ಮಳಿಗೆ ಅದು. ಬೃಹತ್ತಾದ, ವಿಶಾಲವಾದ ಹಳೆಯ ಪುಸ್ತಕದ ಅಂಗಡಿ ಹಾಗೂ ಗ್ರಂಥಾಲಯ. ಖ್ಯಾತ ನಾಮರಾದ ಎಜ್ರಾ ಪೌಂಡ್, ಅರ್ನೆಸ್ಟ್ ಹೆಮಿಂಗ್ವೇ, ಗರ್ಟ್ರೂಡ್ ಸ್ಟೇನ್ ಮುಂತಾದವರು ಎಡತಾಕುತ್ತಿದ್ದ ಜಾಗ. ಜೇಮ್ಸ್ ಜಾಯ್ಸ್‌ನ ಯೂಲಿಸಿಸ್ 1922 ರಲ್ಲಿ ಪ್ರಥಮ ಮುದ್ರಣ ಕಂಡದ್ದು ಅಲ್ಲಿಯೆ. ಒಳಹೋಗುವವರು ಇಂತಹ ಮಾಹಿತಿಗಳನ್ನು ಕೇಳಿಯೇ ರೋಮಾಂಚನಗೊಳ್ಳುತ್ತಿದ್ದರು. ಅಲ್ಲಿ ಕೆಲ ಸಮಯ ಕಳೆದದ್ದು ಸಾರ್ಥಕ ಗಳಿಗೆ ಎನಿಸಿತು. 'ಪ್ಲೇಸ್ ದ ಲಾ ರಿಪಬ್ಲಿಕ್' ಮತ್ತೊಂದು ಅದ್ಭುತವಾದ ಸ್ಮಾರಕ. ಫ್ರ್ಯಾನ್ಸಿನ ರೂಪಕವಾದ ಸ್ವಾತಂತ್ರ್ಯ, ಸಮಾನತೆ, ಭ್ರಾತೃತ್ವಗಳನ್ನು ಸಾರುವ ಮರಿಯಾನಳ ಪ್ರತಿಮೆಯನ್ನು ಕಡೆದು ನಿಲ್ಲಿಸಲಾಗಿದೆ. ನಮ್ಮ ಟೌನ್ ಹಾಲಿನಂತೆ ಎಲ್ಲ ಚಳವಳಿ/ಪ್ರತಿಭಟನೆಗಳ ಉಗಮ ಮತ್ತು ಅಂತ್ಯ ಅಲ್ಲಿಯೇ ಎಂದು ಕೇಳ್ಪಟ್ಟೆ.

ಬ್ರಿಟನ್ನಿನ ಸಂಸ್ಥೆಯೊಂದು ದಲಿತ, ಆದಿವಾಸಿ ಸಾಹಿತ್ಯ ಮತ್ತು ಪ್ರದರ್ಶನ ಕಲೆಗಳ ಮೇಲೆ ಬೆಳಕು ಚೆಲ್ಲುವ ಕೆಲಸ ಮಾಡಿಕೊಂಡುಬರುತ್ತಿದೆ. ಈ ಬಾರಿ ಹೈದರಾಬಾದಿನ ಮುಸ್ಲಿಮ್ ಕವಯಿತ್ರಿ ಜಮೀಲಾ ನಿಷತ್ ಮತ್ತವರ ಫ್ರೆಂಚ್ ಅನುವಾದಕಿ ಉಮಾ ಶ್ರೀಧರ್, ಜಾರ್ಕಂಡ್ ರಾಜ್ಯದ ಆದಿವಾಸಿ ಕವಯಿತ್ರಿ ಜೆಸಿಂತಾ ಕಾರ್ಕೆಟ್ಟಾ ಮತ್ತು ನಾನು ಆಹ್ವಾನಿತರಾಗಿದ್ದೆವು. ಜೆಸಿಂತಾ ಮತ್ತು ನನ್ನ ಅನುವಾದಕರಾದ ಅನ್ನೀ

ಮೌಂಟ್ ಮತ್ತು ಜೂಡಿತ್ ಮಿಷ್ರಾಹಿ ಬರಾಕ್ ಪ್ಯಾರಿಸ್ಸಿನವರೇ ಆಗಿದ್ದಾರೆ. ಕವಿಗೋಷ್ಠಿಗಳು ಸಾರ್ವಜನಿಕ ಗ್ರಂಥಾಲಯಗಳಲ್ಲಿ ಏರ್ಪಾಡಾಗಿದ್ದವು. [at 3 multimedia libraries of the Ville De Paris. Mediatheques de la Ville de Paris (France) between March 10-15, 2020]. ಅಚ್ಚುಕಟ್ಟಾದ, ಸುಂದರವಾದ ಗ್ರಂಥಾಲಯಗಳನ್ನು ಸರ್ಕಾರವೇ ನಡೆಸುತ್ತದೆ. ದಲಿತ, ಆದಿವಾಸಿ ಮತ್ತು ಮುಸ್ಲಿಮ್ ಹೀಗೆ ಮೂರು ಭಿನ್ನ ಹಿನ್ನೆಲೆಯ, ವಿಭಿನ್ನ ಅನುಭವಗಳು ಅಲ್ಲಿ ಬಿತ್ತರಗೊಂಡದ್ದು ವಿಶೇಷವಾಗಿತ್ತು. ನಾನು ಹೊರಡುವ ಕೆಲ ದಿನಗಳ ಮುಂಚೆ ಮಾರ್ಚ್, 20 ರಂದು ಪ್ರಾರಂಭವಾಗಬೇಕಾಗಿದ್ದ ಯೂರೋಪಿನ ವಿಖ್ಯಾತ 'ಪ್ಯಾರಿಸ್ ಬುಕ್ ಫೇರ್' ಅನ್ನು ಕೊರೋನಾ ವೈರಸ್ ಕಾರಣದಿಂದಾಗಿ ರದ್ದುಗೊಳಿಸಿದ್ದರು. ಈ ವರ್ಷ ಇಂಡಿಯಾ, ಗೌರವಾನ್ವಿತ ಅತಿಥಿಯಾಗಿತ್ತು [Guest of Honour]. ದಿ. 19 ರಂದು ನನಗೂ ಮತ್ತು ಆದಿವಾಸಿ ಕವಿ ಜೆಸಿಂತಾಗೂ ಸೋರ್ಬೋನ್ ವಿಶ್ವವಿದ್ಯಾಲಯದಲ್ಲಿ ಕವಿತಾವಾಚನಕ್ಕೆ ಆಹ್ವಾನವಿತ್ತು. ನನಗೆ ಅದನ್ನು ಮುಗಿಸಿ, ಬುಕ್ ಫೇರ್ ಸುತ್ತುಹೊಡೆದು ಬರುವ ಆಲೋಚನೆಯಿತ್ತು. ಆದರೆ ವೈರಸ್ ಕಾರಣದಿಂದಾಗಿ ಬೇಗ ಹಿಂದಿರುಗಬೇಕೆನ್ನುವ ಒತ್ತಡವಿದ್ದುದರಿಂದ ನಾನು ಬರಲಾಗುವುದಿಲ್ಲ ಎಂದು ಹೇಳಿದೆ. ಟಿ, ಎಸ್. ಎಲಿಯಟ್ ಓದಿದ ಆ ವಿಶ್ವವಿದ್ಯಾಲಯದಲ್ಲಿ ಪದ್ಯ ಓದುವ ಅವಕಾಶವನ್ನು ಕಳೆದುಕೊಂಡೆನಲ್ಲಾ ಎಂಬ ಬೇಸರವಿತ್ತು. ನಂತರ ಅವರೂ ಸಹ ಕಾರ್ಯಕ್ರಮವನ್ನು ರದ್ದುಮಾಡಿದರು. ನಮ್ಮ ಆಯೋಜಕರಿಗೆ ಮತ್ತು ಗ್ರಂಥಾಲಯಗಳಿಗೆ ಕವಿಗೋಷ್ಠಿಗಳನ್ನು ರದ್ದುಮಾಡುವ ಮನಸ್ಸಿಲ್ಲದೆ ನಮ್ಮನ್ನು ಇಲ್ಲಿಂದ ಹೊರಡಲು ಪುಸಲಾಯಿಸುತ್ತಿದ್ದರು. ಆದರೂ ಅವರಿಗೆ ಜನ ಬರುವರೋ ಇಲ್ಲವೋ ಎಂಬ ದಿಗಿಲಿತ್ತು. ಆದರೆ ಜನರು ಬಂದರು, ಕುತೂಹಲದಿಂದ ಚರ್ಚೆಗಿಳಿದರು. ಭಾರತೀಯ ಸಂಜಾತರು ಮತ್ತು ವಿದ್ಯಾರ್ಥಿಗಳೂ ಸೇರಿದಂತೆ ಸಾಕಷ್ಟು ಸಂಖ್ಯೆಯಲ್ಲಿದ್ದರು. ಪ್ಯಾರಿಸ್ ಜಗತ್ತಿನ ಸಾಂಸ್ಕೃತಿಕ ನಗರಿ; ತನ್ನ ಜೀವಂತಿಕೆಯನ್ನು ಹೀಗೆ ತೋರ್ಪಡಿಸಿಕೊಂಡದ್ದು, ಸೋಜಿಗವೆನಿಸಲಿಲ್ಲ.

ಫ್ರೆಂಚ್ ಕವಿ ವಿಕ್ಟರ್ ಹ್ಯೂಗೊ, ಮೂರನೆಯ ನೆಪೋಲಿಯನ್ ಕುರಿತು ಬರೆದ ಪ್ರಖ್ಯಾತ ಕವಿತೆ "ನನ್ನ ಕೊನೆಯ ಮಾತು" [My last word] ಹೀಗೆ ಪ್ರಾರಂಭವಾಗುತ್ತದೆ.

ಮನುಷ್ಯನ ಮನಃಸ್ಸಾಕ್ಷಿ ಸತ್ತಿದೆ ಮತ್ತು ಬಯಲಾಗಿದೆ

ರಕ್ತಸಿಕ್ತ ಕಲೆಗಳು ಮೆತ್ತಿದ ನಿರಂಕುಶ ಪ್ರಭುವಿನ ಇತ್ತೀಚಿನ ನರಮೇಧ:

ಅವನು ಗದ್ದುಗೆಯನ್ನು ಏರುವುದಿಲ್ಲ, ದಾರಿತಪ್ಪಿದ

ಶಿಕಾರಿ, ಪಟ್ಟದಿಂದುರುಳಿಬೀಳುವ ತನಕ

ಇದು ಎಲ್ಲ ಕಾಲಕ್ಕೂ ಎಲ್ಲೆಲ್ಲೂ ಸಲ್ಲುವ ಮಾತಿನಂತಿದೆ. ಸಭಿಕರ ಪ್ರಶ್ನೆಗಳು ಭಾರತದಲ್ಲಿ ನಡೆಯುತ್ತಿರುವ ವಿದ್ಯಮಾನಗಳ ಬಗ್ಗೆಯೇ ಹೆಚ್ಚಾಗಿದ್ದವು. ದಲಿತ,

ಆದಿವಾಸಿ, ಮುಸ್ಲಿಮ್ ತ್ರಿವಳಿಗಳೇ ಬೇಟೆಗಳು ಎಂದು ತಿಳಿದಿದ್ದ ಅವರಿಗೆ ನಾವು ಆ ತ್ರಿವಳಿಗಳ ಪ್ರತಿನಿಧಿಗಳಾಗಿ ಕಂಡದ್ದು ಆಶ್ಚರ್ಯವಿಲ್ಲ. ಅಂಬೇಡ್ಕರ್ ಕುರಿತು ಸಂಶೋಧನೆಗೈಯುತ್ತಿರುವ ಉತ್ತರಪ್ರದೇಶದ ದಲಿತ ಹೆಣ್ಣುಮಗಳೊಬ್ಬಳು ತನ್ನ ಫ್ರೆಂಚ್ ಗಂಡನೊಂದಿಗೆ ಸಭೆಗೆ ಬಂದಿದ್ದನ್ನು ನೋಡಿ, ಇದಲ್ಲವೆ ಮನುಜ ಮತ ಎನಿಸಿಬಿಟ್ಟಿತು. ವಿಶ್ವಪಥಕ್ಕೆ ಜಾತಿ ಭಾರತದಲ್ಲಿ ಪ್ರವೇಶವಿಲ್ಲ!!

ಒಂದು ದಿನ ಊಟಕ್ಕೆಂದು ಹೊಟೆಲಿಗೆ ಹೋಗಿದ್ದೆವು. ಅಲ್ಲಿ ಸ್ಟಾರ್ಟರ್ ಮತ್ತು ಮೇಯಿನ್ ಡಿಷ್ ಎಂದು ಆರ್ಡರ್ ಕೊಡುತ್ತಾರೆ. ನನಗೆ ಎರಡರಲ್ಲಿ ಒಂದನ್ನು ಮಾತ್ರ ತಿನ್ನಲು ಸಾಧ್ಯವಾಗುತ್ತಿತ್ತು. ಡೆಸರ್ಟ್ ಅನ್ನು ಮುಟ್ಟುತ್ತಿರಲಿಲ್ಲ. ನಾನು ಸ್ಟಾರ್ಟರ್ ಇರಬಹುದೆಂದು ಮೀನಿನ ಸೂಪ್ ಹೇಳಿದೆ. ಮಾಣಿ ಎಷ್ಟೊಂದು ಮೀನಿನ ತುಂಡುಗಳಿರುವ ಒಂದು ದೊಡ್ಡ ಬೋಗುಣಿಯನ್ನು ತಂದು ಮುಂದಿಟ್ಟ. ನನಗೆ ಅದರರ್ಧವನ್ನೂ ತಿನ್ನಲಾಗಲಿಲ್ಲ, ಬಿಟ್ಟೆ. ಅದು ವ್ಯರ್ಥವಾಗಬಾರದೆಂದು ನನ್ನ ಹೋಸ್ಟ್ ಜೂಡಿತ್, ನನ್ನ ಮಗಳು ತಿನ್ನುತ್ತಾಳೆ ಎಂದು ಪ್ಯಾಕ್ ಮಾಡಿಸಿಕೊಂಡರು. ಉಚ್ಚಿಷ್ಠ ಪಂಚ ಮಹಾಪಾತಕಗಳಲ್ಲಿ ಒಂದು ಎಂದು ಭ್ರಮಿಸಿರುವ ನನ್ನ ದೇಶದಲ್ಲಿ ಕೆಳಜಾತಿಯವನೊಬ್ಬನ ಎಂಜಲನ್ನು ತಿನ್ನುವುದುಂಟೆ? ಎಂದು ಕಣ್ಣುಗಳು ನೀರು ತುಂಬಿಕೊಂಡವು.

ಬಹುರೂಪಿ

ಸದಾ ಹೊಸ ದಾರಿ

ಬಹುರೂಪಿ | Bahuroopi

Embassy Centre, 111, Crescent Road
Kumarapark East, Bangalore- 560 001

bahuroopi.official/ editor.bahuroopi@gmail.com
online book store: bahuroopi.in 70191 82729